காதல் தேனூறும்

சைசுவின் காதலி

Copyright © Shaisuvin Kaathali
All Rights Reserved.

ISBN 978-1-63714-462-6

This book has been published with all efforts taken to make the material error-free after the consent of the author. However, the author and the publisher do not assume and hereby disclaim any liability to any party for any loss, damage, or disruption caused by errors or omissions, whether such errors or omissions result from negligence, accident, or any other cause.

While every effort has been made to avoid any mistake or omission, this publication is being sold on the condition and understanding that neither the author nor the publishers or printers would be liable in any manner to any person by reason of any mistake or omission in this publication or for any action taken or omitted to be taken or advice rendered or accepted on the basis of this work. For any defect in printing or binding the publishers will be liable only to replace the defective copy by another copy of this work then available.

இருமனம் இணைந்து உருவாகும் காதலை திருமண பந்தத்திற்கு அழைத்து சென்று,,தினம் தினம் காதலோடு உறவாடும் அனைத்து காதல் தம்பதிகளுக்கும் இக்கதை சமர்ப்பணம்.

பொருளடக்கம்

1. அத்தியாயம் 1 — 1
2. அத்தியாயம் 2 — 4
3. அத்தியாயம் 3 — 6
4. அத்தியாயம் 4 — 10
5. அத்தியாயம் 5 — 12
6. அத்தியாயம் 6 — 16
7. அத்தியாயம் 7 — 19
8. அத்தியாயம் 8 — 24
9. அத்தியாயம் 9 — 27
10. அத்தியாயம் 10 — 30
11. அத்தியாயம் 11 — 33

1

தனியாக அறையில் இருந்த ப்ரியன் வெறுமையாக உணர்ந்தான்..இன்று காலை தான் அவனுக்கு திருமணம் முடிந்தது..முறைப்படி அடுத்த சம்பிரதாயம் என முதலிரவு அறையில் தீதிகாவுக்காக காத்திருந்தான்..

எவ்வளவு சந்தோஷமாக இருக்க வேண்டிய நாள் இது,,ஆனால் அவனால் அப்படி இருக்க முடியவில்லை..எல்லாம் இருந்தும் எதுவுமே இல்லாத ஒரு உணர்வு..

அந்த நேரம் அவள் உள்ளே வந்தாள்..கையில் ஒரு பால் டம்ளருடன் நைட்டியில்..

அவனுக்கு புதிதாக இருந்தது..பல சினிமாக்களில் புடவையிலே மணப்பெண் வெட்கத்துடன் வருவது போல இல்லாமல் எதார்த்தமாக இருந்தது

பால் குடிக்கிறிங்களா??

வேணாம் அம்மு

நீங்க அம்முனு கூப்டும்போது நல்லா இருக்கு..ரொம்ப கம்ஃபர்டபிளா ஃபீல் பன்றேன்

ஓஓ..

ஆமாங்க..

என்ன வாங்க போங்கனு கூப்டாத..எனக்கு ரொம்ப சங்கடமா இருக்கு..

அப்றம் எப்படி கூப்டனும்

ஆமா..இல்லனு ஒருமைல கூப்டு..இல்லனா ரியன்னு கூப்டு..

பேர்சொல்லி கூப்ட ஒரு மாதிரி இருக்கும்ங்க..சோ வேனாம்

சரி..அப்றம் உன் விருப்பம்

என்னங்க எனக்கு தூக்கம் வருது..நான் தூங்கட்டுமா??

சரி அம்மு..நீ தூங்கு

அவளுக்கு இது ஏமாற்றமாக இருந்த போதிலும் கொஞ்சம் நிம்மதியாக இருந்தது..களைப்பாக இருந்தது..

வெகு நேரம் கட்டிலில் அமர்ந்து அவள் உறங்குவதையே பார்த்துக் கொண்டிருந்தவன், அவள் உறங்கியதை உறுதி செய்தபின் பீரோவில் இருந்த ஒரு மொபைலை எடுத்தான்..அது அவளது போன்..அவன் உயிருக்கும் மேலான காதலியின் போன்..

அதை ஸ்விட்ச் ஆன் செய்தான்..திருமணத்திற்கு இரண்டு நாள் முன்னதாக தான் அந்த போன் சர்விஸ் செய்யப்பட்டு வந்தது..அப்போதே ஆன் செய்து சில முக்கியமான ஆப்களை ஏற்றினான்

இப்போது அதில் நிறைய மெசேஜ் வந்திருந்தது..மெயிலை ஓபென் செய்து பார்த்தான்..ஒரு குறிப்பிட்ட தளத்தில் இருந்து நிறைய மெசேஜ் இருந்தது..

அது எழுத்தாளர்கள் தங்களது படைப்புகளை பதிவிடும் தளம்..அதில் நெறைய கமென்ட்ஸ் இருந்தது..

சிஸ்டெர் எப்பொ நெக்ஸ்ட் எபிசோட் போடுவிங்க??

செம சிஸ்டெர்

Eagerly waiting for ur next epi

இப்படி பல்வேறு கமெண்ட்ஸ் இருந்தது..அவள் இப்படி கதை,கவிதை எல்லாம் எழுதுவாள் என அவனுக்கு தெரியும்..ஆனால் ஒரு நாளும் அதைப் படித்ததில்லை..

காரணம் ஒன்றும் பெரிதில்லை..அவனுக்கு தமிழ் அவ்வளவாக படிக்கத் தெரியாது..மேலும் அவள் தமிழ் பேசும்போதே சில நேரம் புரியாமல் முழிப்பான்..அந்த தளத்தின் பெயரை ப்ளே ஸ்டோரில் டைப் செய்து டவுன்லோட் செய்தான்..அதை லாகின் செய்ய மெயில் ஐடி பாஸ்வேர்ட் கேட்டது..அவளது மெயில் ஐடி அவனுக்குத் தெரியும்..

பாஸ்வேர்டும் அவனுக்கு பரிச்சயமான ஒன்று தான்..அவள் ,FB ,INSTAGRAM, MAIL எல்லாவற்றிலும் ஒரு குறிப்பிட்ட பாஸ்வேர்டையே வைத்திருப்பாள்.ஈசியாக உள்நுழைந்தான்..அதில் 320 படைப்புகளை பதிவிட்டிருந்தாள்..ஒரு குறிப்பிட்ட கதையை மட்டும் 19 எபிசோடோடு நிறுத்தியிருந்தாள்..அதன்பிறகு எந்த பதிவும் இல்லை..

சைசுவின் காதலி

அந்த கதையின் முதல் எபிசோடை படிக்க முயற்சித்தான்..-

2

Episode 1

உலகமே நியூ இயரை வறவேற்க தயாராக இருந்த போது ஷ்ரேயா மட்டும் நிம்மதியின்றி இருந்தாள்..காரணம் ஒன்றும் பெரிதல்ல..புதிதும் அல்ல..காதல் தோல்வி தான் அதற்கு காரணம்..

வாழ்வின் அழகான பகுதியாக அவள் நினைத்ததே காதல் பருவத்-தைத் தான்..அதுவும் தனக்கு இல்லாமல் போனது அவளுக்கு அதிக-மான வேதனையைத் தந்தது..

சிறுவயதில் இருந்தே கண்மணி,ராணி முத்து இதழில் வரும் கதைக-ளின் வாசகியாக இருந்ததால் காதல் என்பதை அணுவணுவாய் ரசித்தி-ருந்தாள்..அவளும் அவளுக்கான ராஜகுமாரன் வருவான் என்றே அப்-பாவியாய் நம்பி இருந்தாள்..

தான் சிறுவயதில் இருந்தே பார்த்து பழகிய மாமாவின் மீது அவளுக்கு ஒருவித ஈர்ப்பு இருந்தது..அவர் அவளைவிட 12 வயது பெரியவராக இருந்தபோதிலும் அவரிடம் அளவுகடந்த பாசத்தோடு இருந்தாள்..அவரும் அவளுக்கு அன்பை வாரிவாரி இறைத்தார்..

அதை காதல் என்று வரையறுக்கவும் அவளுக்கு தெரிய-வில்லை..ஏதோ ஒரு ஆறுதலோடு அவருடன் பழகியவளுக்கு திடீரென ஏற்பாடு செய்யப்பட்ட அவரது திருமணம் ஏமாற்றத்தை தந்தது..

மாமா..நீ ஏன் இன்னொரு பொண்ண மேரேஜ் பன்னிக்கிற??நான் உன் அக்கா பொண்ணு தானே..என்னையே மேரேஜ் பண்ணிக்கோயேன் என அவரிடம் கெஞ்சி பார்த்தாள் 18 வயதே நிறம்பிய அவள்

எப்போதும் போன்ற அதீத பாசத்தில் இப்படி சொல்கிறாள் என அவள் மாமா அவள் பேச்சை பெரிதாக எடுத்துக் கொள்ள-வில்லை..கடைசியாக திருமணம் முடிந்தது.. அவள் தான் அதிகமாக பா

தி க் கப் பட் டா ள்

இந்த கவலையோடு இருந்தவள் எடுத்த முடிவு தான் Facebook account ஓபென் செய்வதென..

தங்கம் நீ எப்போதும் Facebook யூஸ் பன்னகூடாதென மாமா சொல்லியிருந்தார்..அவரே இல்லையெனும்பொது அவர் சொன்னத மட்-டும் நாம ஏன் செய்யனும் என்ற பிடிவாதத்தோடு தான் அதை செய்தாள்

யாரென்றே தெரியாத பலரும் ஃப்ரெண்டாக வேண்டுமென ரிக்-வெஸ்ட் கு டு த் திரு ந் தன ர்..அவளுக்கு புதிதாக இருந்தது அதெல்-லாம்..ஹாஸ்டலில் இருந்த தோழிகளின் உதவியுடன் அதை எப்படி ஹான்டில் செய்வதென தெரிந்துகொண்டாள்.

அப்படி அவள் அக்செப்ட் செய்த ஒருவரில் ரியனும் ஒருவன்..

(அப்போது தான் ப்ரியனுக்கு தெரிந்தது..ஷ்ரேயா தங்களது காதல் கதையை தான் பதிவிட்டிருக்கிறாள் என்று.. ஆவலுடன் அடுத்த எபி-சோடை படித்தான்)

3

Episode 2

ரியனுடன் முதல் முதலாக தொடங்கிய கான்வெர்சேஷனின் இடையே வந்த மெசேஜ் தான் happy New Year wishes..

அவன் அப்படி அனுப்பியதாலோ என்னவோ அந்த வருடம் முழு-தும் ஹாப்பியாக இருக்கும் என அவளுக்கு தெரியவில்லை..

ரேயா உனக்கு என்ன பிடிக்கும்??

ரேயாவா??

ஆமா..உன்ன அப்படி கூப்பிட தான் எனக்கு ரொம்ப பிடிச்சிருக்கு..

ஓஓ..ஒரே நாள்ல என்ன செல்லமா கூப்பிடுற அளவுக்கு உங்களுக்கு தோனுதா??

ஆமா..ஏன் தோண கூடாதா?

கூடாது..அதுக்கு அவசியமும் இல்ல..

சரி தான் போடி..பெரிய இவ மாதிரி பேசுற

என்னது டியா??கொஞ்சம் மரியாதையா பேசுங்க..

உனக்கெல்லாம் மரியாதை இல்ல போடி

ஷ்ரேயாவுக்கு கோவமாக வந்தது..தன் வழக்கமான குழந்தைத் தனத்துடன் "போங்க..இனிமே உங்க கூட நான் பேச மாட்டேன்" என லாக் அவுட் செய்தாள்..

அதே நேரம் அவளை ப்ளாக் செய்தான் ரியன்..

இரண்டு நாட்களுக்கு பிறகு FB log in செய்தாள்..அதில் அவனி-டம் இருந்து ஒரு மெசேஜ் கூட வரவில்லை என்று நினைத்தபோதே அவன் மெசேஜ் செய்திருந்தான்..

ஓய்..என்ன பன்ற??என்ன ப்ளாக் பன்னாம இருக்க??

எனக்கு ப்ளாக் பன்ன தெரியாது..

நிஜமாவா??

ஆமா..

ஓகே..ஓகே..உன் ஃபோட்டோ அனுப்பு பாக்கலாம்

இருங்க..அனுப்புறேன் என தன்னுடைய ஒரு போட்டோவை அனுப்பினாள்

ஹே..லூசு..நான் கேட்டதும் அனுப்பிட்ட..

ஆமா.நீங்க தானே கேட்டிங்க?

ஹே..am stranger..சோ நான் கேட்டதும் நீ அனுப்ப கூடாது..

அப்றம் ஏன் கேட்டிங்க??

அப்போது தான் அவளுடைய இன்னொசென்ஸை புரிந்துக் கொண்டான்..

ஷ்ரேயா..நீ தப்பா நினைக்கலனா உன் ஃபோன் நம்பர் தரியா??

அதெல்லாம் தரமாட்டேன்..

நான் ஒன்னும் பன்னிட மாட்டேன் ஒழுங்கா தா..

சரி என அறைமனதுடன் தந்தாள்

அப்போதிலிருந்து அவர்களது நட்பு வாட்ஸ் அப்புக்கு மாறியது..

இரண்டு வாரம் அழகான நட்பு தொடர்ந்தது..

அவளின் அன்பான குணம் அவனுக்கு மிகவும் பிடித்திருந்தது..அவளுக்கும் அவனை பிடித்தது..

ஹே ஷ்ரேயா என்ன பத்தி என்ன நினைக்கிற??

நீங்க ரொம்ப நல்லவர்..நல்லா பழகுறிங்க..உங்க ஃபாமிலி பத்தி எல்லாமே சொல்லிருக்கிங்க..எனக்கு அதுவும் பிடிக்கும்..

நீ நினைக்கிற மாதிரி நான் ஒன்னும் நல்லவன் கிடையாது.ரொம்ப தப்பானவன்..

நீ ரொம்ப இன்னொசென்ட்டா இருக்க..அது எனக்கு ரொம்ப பிடிக்கும்..சோ உன்ன எந்த விதத்துலயும் ஹர்ட் பன்ன கூடாதுனு நினைக்கிறேன்.

நீங்க என்ன சொல்றிங்கனு எனக்கு புரில என வெகுளியாக கேட்டாள்.

நான்,,நான்..ஒரு ப்ளேபாய்

அப்படினா??

அதுகூடவா உனக்கு தெரியாது..??காலேஜ் படிக்கும் இவளுக்கு இதுகூடவா தெரில என தனக்குள்ளே வியந்தான்.

இல்ல..தெரில - ஷ்ரேயா

சீ ஷ்ரேயா நான் எல்லா பொண்ணுங்க கிட்டயும் டைம் பாஸ்க்கு தான் பழகுவேன்,,அவங்க கிட்ட நெருக்கமா இருப்பேன்..காதல்,கல்யா-ணம்னு பேச ஆரம்பிச்சா அவாய்ட் பன்னிடுவேன்..

அத ஏன் என்கிட்ட சொல்றிங்க...

நான் உன்கிட்டயும் அப்படி தான் பழகுறேன்...உன்னயும் யூஸ் பன்-னிக்கனும்னு தான் நெனைக்கிறேன்..இதையெல்லாம் நான் உன்கிட்ட ஓபெனா சொல்ல ரீசன் இருக்கு

என்ன ரீசன்??

நீ ரொம்ப இன்னொசென்ட்டா இருக்க..உன்ன ஏமாத்துறது தப்பு;என்கிட்ட பழகுன பொண்ணுங்க எல்லாம் அவங்க டைம் பாஸ்க்கு என்ன யூஸ் பன்னிகிட்டாங்க..நானும் அப்படி தான்...

இதையெல்லாம் தெரிந்த பிறகும்,,அவனிடம் அவள் இயல்பாய் நட்-புடன் இருந்தாள்..அது அவனை என்னவோ செய்தது..

மூன்று மாத நட்பிற்கு பிறகு மெல்ல மெல்லமாய் ஷ்ரேயாவின் மனதில் ரியன் எனும் ப்ரியன் இருந்தான்..

அவள் நிறைய கதைகளில் படித்திருக்கிறாள்..காதலில் தோற்றவர்கள் இரண்டு விதம்..ஒன்று இனி காதலே வேண்டாமென எல்லாரையும் வெறுப்பது; இரண்டு ஒருவரிடம் இழந்த அன்பை இன்னொருவரிடம் தேடுவது..ஷ்ரேயா இதில் இரண்டாவது ரகம்..

ரவிந்தர் சிங் எழுதிய I too had a love story படித்தவள் அவரது அடுத்த நாவலான can love happen twice நாவலில் வரு-வதை போலவே ப்ரியனை விரும்ப ஆரம்பித்தாள்..

அவள் Facebook account ஐ டெலிட் செய்தாள்..அவன் கேட்-டபோது நிறைய unnecessary messages வருது என்று பொய்யாக சொன்னாள்..

மூன்று மாதம் முடிந்து தன்னுடைய பிறந்த நாள் அன்று மெசேஜில் " I love you " என்று ஒரு இமேஜை அனுப்பினாள்

எதுக்கு இதெல்லாம்..இதுக்கு என்ன அர்த்தம்..??

நான் உங்கள லவ் பன்றேன்..எனக்கு உங்கள ரொம்ப பிடிச்சிருக்கு

லூசா நீ..என்ன பத்தி அவ்ளோ சொன்னபிறகும் இப்படி சொல்ற

இல்ல..உங்களோட குணத்த நான் லவ் பன்னல..உங்கள,,உங்கள மட்டும் தான் நான் லவ் பன்றேன்..

மறுபடி மறுபடி பைத்தியம் மாதிரி பேசாத...

இல்ல..இந்த காலத்துல யாரு நான் நல்லவன் இல்ல,,கெட்டவன்னு ஓபெனா சொல்வாங்க..?அந்த பொண்ணுங்களும் உங்ககிட்ட அப்படி பழகுறதால தானே நீங்க இப்படி இருக்கிங்க..எல்லாரும் கரெக்ட்டா இருந்தா நீங்களும் கரெக்ட்டா இருப்பிங்க.அந்த பொண்ணுங்க மேல மட்டுமே தப்பு கிடையாது..அவங்க வளரும் சூழ்நிலையும் காரணமா இருக்கலாம்..அதனால உங்கமேல மட்டுமே தப்பு இருக்குனு நீங்க சொல்லாதிங்க" என என்னுடைய கேரக்டருக்காக அவளே வாதாடினாள்

இருந்தாலும் இதெல்லாம் சரியில்ல ஷ்ரேயா..என்ன தெரிஞ்சே ஒரு மூனு மாசம் தான் இருக்கும்..அதுக்கு இடையில எங்க இருந்து இந்த லவ் எல்லாம் வந்தது உனக்கு?என்னால லவ் எல்லாம் பன்ன முடியாது..ஆக்சுவெலி எனக்கு அதெல்லாம் செட் ஆகாது..

கடைசி வரைக்கும் என் அம்மா அப்பாக்கு நல்ல பையனா இருந்துட்டு,,கிரிக்கெட் விளையாடிட்டே காலத்த கழிச்சிடுவேன்..மேராஜ் பன்ற ஐடியா கூட இல்ல..சின்ன வயசுல இருந்து ஒரு பேச்சிக்கு கூட கல்யாணத்தப் பத்தி நானா நெனச்சதில்ல..

சோ,,இந்த மாதிரி அர்த்தமில்லாம புலம்புறத விட்டுட்டு நல்லா படிக்கிற வழியப்பாரு என அறிவுரை செய்தான்..

இப்படி அவன் சொன்னதும் ஷ்ரேயாவுக்கு கவலையாக தான் இருந்தது..ஆனாலும் அவனை ஃபோர்ஸ் பன்ன விரும்பாததால் " சரிங்க..உங்களுக்கு பிடிச்ச மாதிரியே இருங்க" என்றாள்.. ஏற்கனவே விட்டு கொடுத்து பழகியவள் தானே..

அன்று இரவு முழுதும் ப்ரியனுக்கு தூக்கமே வரவில்லை..என்ன அவ..எந்த ஒரு முன்னறிவிப்புமே இல்லாம சடார்னு லவ் யூனு சொல்லிட்டா.. அவ ஃபோட்டோல கூட என்ன பார்த்ததே இல்ல இதுவரைக்கும்..அதுக்குள்ள லவ் பன்றேன்னு சொல்றா..

நான் அவ்வளவு அழகெல்லாம் கிடையாது..பெருசா படிக்கிற பையனும் கிடையாது..எதனால என்ன பிடிக்கும்னு சொல்றா??ஒருவேள நான் நல்லா இருப்பேன்னு அவளே கற்பனை பன்னிக்கிட்டாளோ?? என்று உறங்காமலே இருந்தான் ப்ரியன்.

4

Episode 4

அதன் பிறகு வந்த நாட்களில் எல்லாம் அவளாகவே மெசேஜ் செய்தாள் எந்த தயக்கமும் இல்லாமல்.ஒரு ஆண் தன்னை அவாய்ட் பன்றான்னு தெரிஞ்சும் ஒரு பொண்ணு மெசேஜ் செய்வது ப்ரியனுக்கு கவலையாக இருந்தது..ஆனாலும் தன் மனதை அவள் பக்கம் திருப்பாமல் எதார்த்தமான நட்புடனே பழகி வந்தான்..

இப்போதெல்லாம் அவளுக்கு முழு நேர நண்பனாக அவன் மட்டுமே இருந்தான்..இருவரது கல்லூரி காலமும் அழகாக நகர்ந்துகொண்டே இருந்தது..

அவனும் எல்லா பெண்களிடமும் பேச எப்போதும் போல நினைத்தான்..ஆனால் முடியவில்லை..அப்போது தான் அவளது கள்ளம் கபடமற்ற அன்பு தன்னை தடுக்கிறது என்று உணர்ந்தான்.

அவளிடம் சொல்லாமலே அவளை காதலிக்க ஆரம்பித்தான் ப்ரியன்..அவன் தாய் மீதிருந்த அதீதமான அன்பு அவனுடைய காதலை வெளிப்படுத்தாதவாறு மறைத்திருந்தது..கதைகளிலும் சினிமாக்களிலும் வருவது போன்ற காவிய காதலல்ல இவர்களது..சந்தர்ப்ப சூழ்நிலைகளைச் சார்ந்து இளவயதில் தோன்றும் இயல்பான காதல்..

காதலே வராதென நினைத்தவன் காதல் கொண்டிருந்தான் அவள்மீது..காலேஜில் இரண்டாம் ஆண்டு படிக்கும் அவனுக்கு நிறையவே நேரம் இருந்தது அவளோடு பழக..

அந்த நேரமெல்லாம் அவளுடன் சாட் செய்து கொண்டிருந்தான்..அவள் தான் ஒரு பக்கம் சந்தோஷமாகவும் மறுபக்கம் கவலையாகவும் இருந்தாள்..அவர் பேசுவதை நெனச்சி சந்தோஷப்படுறதா??நட்பாக மட்டுமே பழகுவதை நெனச்சி கவலைபடுவதா என்றிருந்தாள்..

எவ்வளவு தான் அவன் விலகியே இருந்தாலும் அவளது அன்பு அவனுக்கு அருகிலேயே இருப்பதாய் உணர்ந்தான்...

காதல் எவ்வளவு அற்புதமான விஷயம்..எத்தனை பேரை எப்படி எல்லாம் மாற்றியிருக்கிறது..அதில் நானும் ஒருவனோ என ப்ரியன் நினைத்தான்..

இருவரும் பழகி 10 மாதம் ஆகியிருந்தது..அவள் அவனை விட்டு விலகாமல் இன்னும் கான்டெக்டிலே இருந்தாள்..

புதிதாக ஒரு க்ரூப் ஆரம்பித்தான் வாட்ஸ் அப்பில் ப்ரியன்..

என்ன க்ரூப் இது??இதுல நீங்களும் நானும் மட்டும் தான் இருக்-கோம் - ஷ்ரேயா

ஆமா..இதுல நீயும் நானும் மட்டும் தான்..

பெர்சனலாவே அப்படி தானே மெசேஜ் பன்றோம்

ஆமா..பட் இதுல நம்ம ரெண்டு பேருக்கும் பிடிச்சமாதிரி க்ரூப் ஐகான் வைக்கலாம்..நேம் வைக்கலாம்..

நீங்க எப்பவும் பெக்யூலியரா தான் இருக்கிங்க..

ரியன் - ஷ்ரேயா

சொல்லு - ப்ரியன்

நாளைக்கு நான் காந்திபுரம் போறேன்..வறிங்களா??

என்ன அதிசயம்..என்ன பாக்கனும்னு எல்லாம் உனக்கு தோனுது..

"ஆமா.ஃபோட்டோ கேட்டாலும் அனுப்ப மாட்டேங்குறிங்க..அதான் நேர்ல" என இழுத்தாள்..

ஓஓ..சாரிடி..நாளைக்கு சன்டே..நான் க்ரவுன்ட்கு போய்டுவேன்..சோ சான்ஸே இல்ல..

அவனது பதில் எப்போதும் போல் கவலையை அளித்தது ஷ்ரேயா-வுக்கு.

அவள் தன்னை எவ்வளவு அதிகமாக காதலித்தால் என்பதற்கு வேறெந்த உதாரணமும் தேவையில்லை..

என்னைப் பார்க்காமலே இன்று வரை காதலித்துக் கொண்டிருக்கி-றாள்..

(இப்படிபட்ட என்னவளை எப்படி நான் மீட்டெடுப்பேன் இனி என கதையை படித்துக் கொண்டிருந்த ப்ரியன் நினைத்தான்..ஒருவித கனத்த மனதுடன் அடுத்து எந்த நிகழ்வை பதிவிட்டிருக்கிறாள் என ஆவலாய் 5 வது எபிசோடை படிக்க ஆரம்பித்தான்..)

5

Episode 5

அன்றைய காலை 10 மணிபோல காந்திபுரம் சென்றாள் ஷ்ரேயா ஒரு வேலையாக.ஷாப்பிங்கை முடித்துவிட்டு பஸ் ஸ்டேன்ட் நோக்கி நடந்துக் கொண்டிருந்தாள் மொபைலை நோண்டிக்கொண்டே..அவனுக்கு மெசேஜ் செய்தாள்..

என்ன பன்றிங்க??

நான் சும்மா ரோமிங்..என்ன மேடம் ஷாப்பிங் ஓவெரா?? என ரியனிடம் இருந்து மெசேஜ் வந்தது..

ஓ.எஸ் ..

என்ன கிளம்பியாச்சா?? - ரியன்

இல்லப்பா..டையர்டா இருக்கு..இங்க பஸ் ஸ்டான்ட்ல இருக்க ஜூஸ் ஷாப்ல இருக்கேன்..ஜூஸ் குடிச்சிட்டு அவினாசி பஸ் ஏறிடுவேன்..

வெரி குட்..நல்லா குடி..நான் அப்றம் மெசேஜ் பன்றேன்..டாடா..டேக் கேர்.

அருகில் இருந்த ஜூஸ் ஷாப்பில் ஒரு பிஸ்தா ஷேக் சொல்லிவிட்டு காத்திருந்தாள் ஷ்ரேயா..அந்த ஷேக் வந்ததும் அதை பருக சென்றவளின் கவனத்தை அருகில் நின்ற இளைஞன் கலைத்தான்..

வேறு எங்கும் இடம் இல்லாததால் தனக்கு எதிரில் உக்காருரான் என நினைத்தவளை அவனது ஹெல்லோ மறுபடியும் கலைத்தது..

யோசனையாய்..என்னையா??

ஆமா..உன்னதான்..

என்னயா??சொல்லுங்க என்ன விஷயம் என பயத்தோடே கேட்டாள்..

முன்பின் தெரியாதவர் ஹெல்லோ சொன்னால் நமக்கும் அப்படி தானே இருக்கும்..

எனக்கும் ஒரு ஆப்பிள் ஷேக் சொல்லு கருமி என்றான்

அப்போது தான் அவளுக்கு புரிந்தது..தனக்கு முன்னால் இருப்பது தன்னுடைய ஆசை காதலன் ப்ரியன் என்று..ஏனென்றால் அவன் மட்டுமே செல்லமாக அழைப்பது தான் கருமி என்று..

என்ன செய்வதென்று தெரியாமல்..ப்ரியன் என கேட்டாள்..

ஆமா..நான் தான் ப்ரியன்..இரு என அவன் மொபைலில் இருந்து அவளுக்கு கால் செய்தான்..

அவளால் நம்ப முடியவில்லை..அவனை இதுவரையில் பார்த்ததே இல்லை..பெயர் ப்ரியன்..KPT காலேஜில் படிக்கிறான்..CSE Student..இவ்வளவு தான் தெரியும்..

என்ன சொல்லாமலே வந்துட்டிங்க?? என கேட்டாள்..

நீ மெசேஜ் பன்னிட்டு இருந்தப்ப தான் என் ஃப்ரெண்ட் கூட க்ரவுன்ட்ல இருந்து பஸ் ஸ்டேன்ட் வந்தேன்..

அப்போவே உன்ன மாதிரி ஒரு பொண்ண பாத்தேன்..நீயும் ஜூஸ் குடிக்க போறேன்னு சொன்னதும் கன்ஃபார்ம் பன்னி பின்னாடியே வந்திட்டேன்..

ரொம்ப சர்ப்ரைசிங்கா இருக்கு..நான் எக்ஸ்பெக்ட் பன்னவே இல்ல - ஷ்ரேயா

நானும் தான்..என்று வந்த ஆப்பிள் ஷேக்கை பருக ஆரம்பிச்சான்..ஆக்சுவெலி நான் உன்கிட்ட ஒன்னு சொல்லனும்னு தான் வந்தேன்.

ஆங்..சொல்லுங்க என ஆவலாய் கேட்டு அவனையே பார்த்தாள்

எனக்கு பார்க்,பீச் ...

பார்க்குக்கு போகனுமா??போலாமே..பட் இங்க பீச் இல்லையே..என அவள் எடுத்து கொடுத்தாள்

ஹே லூசு..இரு நானே ஃபுல்லா சொல்லுறேன்..இல்லனா மறந்திடும்.

சரி சொல்லுங்க

எனக்கு பார்க்,பீச்,தியேட்டர் எல்லாம் உன்கூட சுத்த ஆசையில்ல...

ஏமாற்றமாய் இன்னும் என்ன சொல்கிறான் என கவனித்தாள் பிஸ்தா ஷேக்கை உறிஞ்சியபடி.

உன் சுண்டு விரல பிடிச்சிகிட்டு அக்னிய சுத்தினா போதும்.. என சொல்லி முடித்தான்.

ஓ..என கூலாக சொல்லிவிட்டு பிஸ்தா ஷேக்கை மறுபடி உறிஞ்சியவளுக்கு அப்போது தான் அவன் சொன்னதன் முழு அர்த்தமும் புரிந்தது..

உடனே அவனைப் பார்த்து,,என்ன சொன்னிங்க?? என மறுபடி கேட்டாள்..

"போ..மறுபடி சொல்ல மாட்டேன்..அந்த ஜூஸையே நல்லா குடி"என அவன் சிரித்தான்..

ப்ளீஸ் சொல்லுங்களேன் என கெஞ்சினாள்..

நோ நோ என்றான்.

அவளுக்கு கை கால் ஓடாதது போல இருந்தது..

அவனைப் பார்க்கவே ஒருவித வெக்கமாக இருந்தது அவளுக்கு..அதனால் நிமிராமலே அவன் அடுத்து பேசிய கதைகளை எல்லாம் கேட்டுக்கொண்டிருந்தாள்..

ஜூஸை குடித்து முடித்து " எனக்கு லேட் ஆச்சு..வீட்டுக்கு போய் தான் சாப்டனும்" என கிளம்பி பில் கொடுக்க வந்தான்.."நீங்க குடுக்க வேணாம் நானே குடுத்துக்கிறேன்" என வலுகட்டாயமாக அவளே கொடுத்தாள்..

இந்த செயலே,,அவனுக்கு இன்னும் பிடித்தது..அவன் பார்த்த வரையில் பசங்கள பே பண்ண சொல்ற பொண்ணுங்க தான்..அதிகம்..ஆனா இவ வேற மாதிரி என நினைத்தான்..

இருவரும் கிளம்பி,,அவரவர் இடத்திற்கு சென்றனர்..

இரவு மெசேஜில் கேட்டாள்..நீங்க இன்னைக்கு சொன்னதோட அர்த்தம்??

ஏன்..நீ ஒரு இமேஜ காட்டி சொன்னத நான் புரிஞ்சிகிட்டேன்..இவ்ளோ தெளிவா நான் சொன்னது உனக்கு புரிலயா??

இல்ல..

அப்போ புரியவே வேனாம்..

ப்ளீஸ் சொல்லுங்களேன்..

என் வாயால அத கேக்கனும்..அதானே உன் ப்ளான்??

ஹிஹிஹி - ஷ்ரேயா

என்ன சிரிப்பு??

சொல்லுங்க..

எனக்கு உன்ன மேரேஜ் பன்னிக்கலாம்னு தோனுது..நீ என்ன புரிஞ்சிக்குவ..உன்னால என்னோட எந்த சுதந்திரமும் பாதிக்காது..நீ இருந்தா நான் நானா இருப்பேன்..

ஓஓ..ஒருவேள உங்க அம்மா வேனாம்னு சொன்னா??

சொல்ல மாட்டாங்க..சொன்னா அவங்க உன்ன ஏத்துக்குற வரைக்கும் வேற மேரேஜ்க்கு ஒத்துக்க மாட்டேன்..பட் கண்டிப்பா உன்ன நான் கைவிட மாட்டேன்..என்ன நம்பு

சரி..சரி..நீங்க எமோஷனலா பேசினா சிரிப்பு தான் வருது..லீவ் தட்டாபிக் என அன்று மனநிறைவுடன் தூங்கினார்கள் இருவரும்..

(அவள் எழுதியிருப்பது உண்மை தான்..எனக்கு எமோஷனல் அதிகமா வராது..நான் அப்படியே இருந்து பழகிட்டேன்..

என்னுடைய உலகம் மிகச்சிறியது..நான் அம்மா,அப்பா,தங்கை..வீட்டுக்கு பக்கத்திலே இருக்கும் மாமா,அத்தை,அத்தை பையன்,அத்தை பொண்ணு..இவ்வளவு தான் என் குடும்பம்..இதைத்தவிர வேறு எதைப்பற்றியும் நான் நினைக்க மாட்டேன்)

அடுத்த எபிசோடை படிப்பதற்கு முன் கட்டிலில் இருக்கும் தீதிகாவைப் பார்த்தான்..ஏனோ பாவமாக இருந்தது..மறுபடியும் அடுத்த எபிசோடைப் படிக்க ஆரம்பித்தான்..

6

Episode 6

அதுவரையில் காதலுக்குள்ளே பயணித்து உலகத்தை மறந்திருந்த அவர்கள் கொஞ்சம் கொஞ்சமாக உலகத்தையும் கவனிக்க ஆரம்பித்-தார்கள்..கல்லூரியில் அவள் அரியர்ஸ் இல்லாமல் ஓரளவு நன்றாக படித்தாள்..அவன் அரியர்ஸோடு நண்பர்களுடன் படிக்காமலே சுற்றித் திரிந்தான்..

இவளது குடும்பத்தை அவன் தெரிந்து வைத்திருந்தான்..அவனது குடும்பத்தை இவள் தெரிந்து வைத்திருந்தாள்..அவள் இரண்டாம் ஆண்டில் அடியெடுத்து வைத்தபோது நிறையவே நேரம் கிடைத்ததா-லும்,,வெளி கல்லூரியில் பல போட்டியில் பங்கேற்றதாலும் அவனுடன் பழக நிறைய நேரம் இருந்தது..

இவர்களது காதலுக்கு இடையே மெல்லமாக ஊடலும் வந்தது..

ஒரு வாட்டி என்ன பாத்தா போதுமா?? - ரியன்

ஏன்..டெய்லி பாக்கனுமா??

ஆமா.அப்படி தான் இருக்கு..எனக்கு உன்கூட இன்னும் நெறைய நேரம் ஸ்பென்ட் பன்னனும் போல இருக்கு

யாரோ சொன்னாங்க..பார்க்,தியேட்டல் எல்லாம் சுத்த ஆசையில்-லனு என அன்று அவன் சொன்னதை சொல்லி கிண்டல் அடித்தாள்.

"அது சும்மா ஒரு ஃப்ளோல அடிச்சி விட்டேன்டி..இன்னும் அதையே சொல்லிகிட்டு...பாக்க வருவியா மாட்டியா??"

எப்படி முடியும்??எனக்கு நாளைக்கு காலேஜ் இருக்கே..

அடபோடி..ஒருநாள் கட் அடி

உங்க காலேஜ் கோ எட்.. சோ பெருசா எதும் கண்டுக்க மாட்-டாங்க..என் காலேஜ் விமென்ஸ் காலேஜ்..லீவ் போடனும்னா நெறைய

ப்ரொசிஜெர்ஸ் இருக்கு..வீட்ல இருந்து கால் பன்னி வார்டென்கிட்ட சொன்னாதா வெளியவே விடுவாங்க..

"அப்ப போ..பேசாத" என ஆஃப்லைன் போனான் ப்ரியன்..

அவள் எவ்வளவோ கெஞ்சி கெஞ்சி பின் பேசினான்..அவர்களுக்குள் வரும் அதிகப்படியான சண்டையே லீவ் போடுவதைப் பற்றியும் மீட் செய்வதைப் பற்றியுமே இருக்கும்..

எல்லா விஷயத்திலும் அவள் விட்டுகொடுத்தே போனால்..அதனாலே காதலில் விரிசல் விழாமல் இருந்தது..

காதலில் விரிசல் வர முதல் காரணமே ஈகோ தான்..அவர்களுக்கு இடையில் அது துளியும் இல்லாமல் இருந்தது கடவுளின் செயல் தான்..

ஹே..ஓய் என்றெல்லாம் அழைத்த அவள் மாமா,அம்மு,புருஷா என அழைக்க ஆரம்பித்திருந்தாள்..

அவனுக்கும் இவளை அம்மு என அழைக்க பிடித்திருந்தது..

இரண்டாம் ஆண்டை முடித்து மூன்றாம் ஆண்டில் அடியெடுத்து வைத்த அவளுக்கும்,,ஃபைனல் இயரில் இருந்த அவனுக்கும் நேரம் ரொம்பவே அதிகமாக கிடைத்தது...காலையில் இருந்து மாலை வரை படிப்பு என இருந்தாலும் அதன்பின் இருந்த நேரங்களை எல்லாம் காதலுக்காக தொலைத்தார்கள்..அவர்களும் அதில் தொலைந்தார்கள்..

அனைத்து விதமான நெட்வொர்க்குகளும் பல பல ஆஃபர்களைக் கொடுத்து அவர்களின் வாட்ஸ் ஆப் சாட்டை கால் செய்து பேசும் அளவிற்கும்,,வீடியோ காலில் பார்க்கும் அளவிற்கும் மாற்றியது

அடிக்கடி மீட் செய்யவும் வாய்ப்பு கிடைத்தது..காலையில் அவனோடு காந்திபுரம் சென்றால்,,அங்கிருந்து அவனுடன் அவனது ஸ்கூட்டியில் லாங் ட்ரைவ் போய்ட்டு; மதியம் லக்ஷ்மி பவன்ல சாப்பிட்டு;முதல் முதலில் மீட் பன்னின ஜூஸ் ஷாப்ல ஜூசும் ஸ்னாக்ஸும் சாப்பிட்டு கிளம்புவதை தான் அவர்களது அவுட்டிங்காக நினைத்தார்கள்..

அவனும் பணக்காரன் இல்லை.இவளும் நடுத்தர குடும்பத்தைச் சார்ந்தவள்..ஒரு 500, 600 ரூபாய் மாதத்தில் ஒருமுறை செலவு செய்வது அவர்களுக்கு கஷ்டமாக இல்லை..அன்பானவர்களுடன் நாம் செலவிடும் நேரத்தின் அளவு தானே மதிப்பு மிக்கது..

மாமா,,எனக்கு ஸ்கூட்டி ஓட்ட கத்து தறியா?? - ஷ்ரேயா

"உன்ன நம்பியெல்லாம் வண்டிய குடுக்கவும் பயமா இருக்கு..ரோட்-டுல நடந்து போறவங்கள நெனச்சும் பயமா இருக்குடி" என்று விளை-யாட்டாக சொன்னான்

ப்ளீஸ் அம்மு..கத்து தாடா..எனக்கும் ஆசையா இருக்கு(வாங்க போங்க மாறி வாடா போடா என இயல்பானது)

"சரி..சரி..இங்க வேனாம் ட்ராபிக் அதிகமா இருக்கும்..கனியூர் தான்டி கத்து தரேன்..அங்க இருந்து உன் காலேஜ் வரைக்கும் கீழ ரோட் ஃப்ரீயா தான் இருக்கும்" என அவன் சொன்னது போலவே கனியூர் தான்டி கற்று கொடுத்தான்..

சைக்கிள் ஏற்கனவே ஓட்டியிருந்ததாலும்,வண்டி ஓட்டி ட்ரை பன்னி-யதாலும் அவன் சொன்னதை ஈஸியாக செய்தாள்..

ஆனாலும் தனியாக அவளால் ஓட்ட முடியவில்லை..அவன் பின்-னாளில் இருந்தால் தைரியமாக ஓட்டினாள்..

(ப்ரியனுக்கு அதைப் படித்து சிரிப்பு வந்தது..அவள் தனியாக ஓட்டி ஒருநாள் கூட அவன் பார்த்ததில்லை அவர்கள் ஒன்றாக இருந்த நாட்-களில்..)

7

Episode 7

அவனும் அவளும் காதலர்கள் என்பதை தாண்டி கணவன் மனை-வியாகவே வாழ ஆரம்பித்தனர்..

அம்மு,,இன்னைக்கு எங்க காலேஜ்ல பொங்கல் செலெப்ரே-ஷன்..ஜாலி..நான் சாரி கட்டிருக்கேனே..

நெனச்சாலே காமெடியா இருக்கு..நீ ஏன்டி அதெல்லாம் ட்ரை பன்ற..உன் ஹயிட்டுக்கு எப்பவும் காமெடியா போடுவியே ஃப்-ராக்,மிடி,சுடி..அதயே போடு..

போடா..நல்லா தான் இருக்கு என செல்லமாக கோவித்து கொண்-டாள்..

ஹே கருமி..இன்னைக்கு உன் காலேஜுக்கு போகாத..பொங்கல் செலெப்ரேஷன் தானே..நாம வெளில போலாம்.

அய்யயோ..என்னால முடியாது..மேம் கிட்ட லீவ் பத்தி இன்ஃபார்ம் பன்னனும்..அதெல்லாம் பாசிபிள் இல்ல

"போ..என்னமோ பன்னு" என கோவப்பட்டான்.

"சரி சரி" என மேமிடம் எப்படியோ பெர்மிஷன் வாங்கி அவனைப் பார்க்க சென்றாள்..

அவளைப் பார்த்து அசந்தே விட்டிருந்தான் ப்ரியன்..ஆகாய நீல வண்ண நிறத்தில் அழகாக புடவை கட்டியிருந்தாள்..

முதல் முறையாக காதலியை புடவையில் பார்க்கும் எல்லா காத-லனும் ரசிக்கத்தான் செய்வார்கள்..

அதை அவளிடம் சொல்லாமல் " எதுக்குடி சோலை கொல்ல பொம்ம மாதிரி கட்டிட்டு வந்திருக்க " என கிண்டலடித்தான்..

ஆனால் அன்றிரவு " உன்ன சாரில பார்த்தப்ப அப்படியே தாலி கட்டி எங்க வீட்டுக்கு கூட்டிடு போய்டனும் போல இருந்தது" என்றான்..

நம்பிட்டேன் போடா - ஷ்ரேயா

உண்மையா தான்டி..

அப்றம் ஏன் சோல கொல்ல பொம்மனு சொன்ன

ஆமா பொம்ம தான்..பொம்மைய தானே கொஞ்சி விளையாட முடியும்..

இப்படி பேசி பேசி சமாளிச்சிடு..

அம்மு நம்ம கல்யாணத்துக்கும் ப்ளூ கலர் சாரி தான் வேணும்..ரிசப்ஷனுக்கு ரெட் கலர் சாரி என கல்யாணத்தைப் பற்றி பேசினாள்..

"கல்யாணமா?உன்ன யாரு கல்யாணம் எல்லாம் பன்னிக்கிறேன்னு சொன்னா?? "என கிண்டலடித்தான்..

என்னடா இப்படி சொல்ற..ப்ரொபோஸ் பன்னும்போதே கல்யாணம் பன்னிக்கனும் அக்னிய சுத்தி வரனும்னு எல்லாம் தானே பேசுன..இப்ப இப்படி சொல்ற

"ஹேய்..நான் தான் சொன்னேன்ல..நான் ப்ளேபாய்னு..உன்ன ஃப்ளர்ட் பன்ன என்னவேனாலும் சொல்லுவேன்..எல்லாத்தையும் நம்புவாங்களா லூசு" என்றான்..

சரி பரவால..என்ன விட்டு போனா தான் நீ ஹாப்பியா இருப்பினா அப்படியே இரு..

பார்டா..நிஜமா போய்டுவேண்டி

சரி

போக மாட்டேன்ற தைரியத்துல பேசுறியாடி கருமி..எல்லாம் என் தலையெழுத்து..உன்கிட்ட போய் மாட்டிக்கிட்டேன் என சிரித்தான்..உண்மையில் அவள் அன்பில் வீழ்ந்த ப்ரியனுக்கு அதில் இருந்து எழவோ மீளவோ மனமே இல்லை..அதை விரும்பவும் இல்லை..

இப்படி அவர்களது நாட்கள் நில்லாமல் நிறைவாக சென்றது..

இதுங்க எல்லாம் எங்க உறுப்பட போகுதுனு முதலில் மனதுக்குள் நினைத்த கடைக்காரர்கள் எல்லாம் மூன்று வருடமாக தொடர்ந்து வருவதை கவனித்து உண்மையான லவ் தான் போல என எண்ணிக்கொண்டனர்

இந்த உலகம் அப்படித்தானே.முதலில் தவறாக புரிந்துகொண்டு பின்னாளில் சரி செய்து கொள்ளும்..

அடிக்கடி கோவில்களுக்கும் சென்று இறைவனது ஆசியும் வாங்கி வந்தனர் ப்ரியன்,ஷ்ரேயா..

ஷ்ரேயா ப்ரியனை தொல்லை செய்து அவனது வீட்டில் உள்ள அனைவரது மொபைல் நம்பரையும் வாங்கி வைத்திருந்தாள்..

அம்மு..எனக்கு உன் தங்கச்சிகிட்ட பேசவே பயமா இருக்கு..

ஏன்??

அவ எதும் தப்பா நெனச்சிகிட்டானா??

அதெல்லாம் நினைக்க மாட்டா..திடீர்னு நாம லவ் பன்ட்றோம்னு யாராவது பாத்து வீட்ல சொன்னா தான் சங்கட படுவாங்க..

அவனிடம் சொல்லிவிட்டு ப்ரியனின் தங்கை தாரினிக்கு அதே ஃபேஸ்புக்கில் இருந்து மெசேஜ் செய்தாள்..

நட்புடன் பழகிய கொஞ்ச நாளிலே தாரினி கண்டு பிடித்து விட்டாள்..

உங்களுக்கு என் அண்ணா ப்ரியன தெரியுமா??என கேட்டாள்

ஏன்மா.

கேட்டதுக்கு பதில் சொல்லுங்க ஃபர்ஸ்ட்

ம் தெரியும்..

ஓ..ஓ..அப்போ அம்முன்றது நீங்க தானா??

ஆமா என பயத்தோடே சொன்னாள்

என் அண்ணாவும் உங்க ஃப்ரெண்ட் லிஸ்ட்ல இருந்தான்..அதான் போட்டு வாங்குனேன்..

அய்யய்யோ நானா தான் ஒளறிட்டேனா??

ஆமா..வீட்ல ஒரு நாள் அம்மாக்கு அவன் ஃபோன்ல இருந்து கால் பன்னினப்ப அம்முனு சேவ் பண்ணிருந்த உங்களுக்கு கால் வந்திடுச்சு..

நீங்களும் அட்டென்ட் பன்னி சொல்லு மாமானு சொன்னிங்க..அப்போவே டவுட் வந்திடுச்சு எனக்கு என்றாள்

சரி..சரி..என்ன படிக்கிறிங்க??அண்ணா காலேஜா??எப்படி இருப்பிங்க??ஃபோட்டோ அனுப்புங்க என அவள் அடுக்கிக்கொண்டே போனாள்

திணறியதென்னவோ ஷ்ரேயா தான்..பின் இருவருக்குள்ளும் நல்ல நட்புணர்வு வந்தது..அவள் அண்ணி என்ற உரிமையில் அதிகமாக

நெருங்கி பழகினாள்.

இப்படி ப்ரியனின் அத்தை மகன்,மகள் எல்லாரிடமும் தன்னை அடையாளப்படுத்திக் கொண்டாள் ஷ்ரேயா..

எதுக்குடி எல்லார் கிட்டயும் பேசுன இது ப்ரியன்

எல்லாம் ஒரு சேஃப்டிக்கு தான்..ஃபியூச்சர்ல சண்ட போட்டு எஸ்கேப் ஆகிட்டனா??

"ஆமா..ஆமா.நீ தான் எவ்ளோ சண்ட போட்டாலும் உடனே சமாதனம் ஆகி பேசுறியே..அப்றம் எங்க எஸ்கேப் ஆகுறது..வாலண்டியர உன்கிட்ட வந்து சிக்கிட்டேன்" என புலம்பினான் ப்ரியன்.

கல்லூரி படிப்பை முடித்துவிட்டு கையில் வேலையை வைத்துக்கொண்டு பெற்றவர்களிடம் காதலை சொல்லலாம் என நினைத்தவர்களின் எண்ணத்தை கலைப்பதாகவே விதி சதி செய்தது..

ஒவ்வொரு காதலர்களும் யாரோ ஒருவரால் அடையாளம் காணப்பட்டு மாட்டிக்குவாங்க..இவங்க,,தவளை தன் வாயால் கெடும் என்பது போல வாலன்டியரா மாட்டிக்கிட்டாங்க..

வீட்டில் எதற்கோ ஃபோனை அம்மாவிடம் கொடுத்த ஷ்ரேயா அதில் சேர்ந்து எடுத்த ப்ரியன் ஷ்ரேயா ஃபோட்டாவல மாட்டினா.

அதுக்காக ப்ரியன்கிட்டவும் திட்டு வாங்கினா..

"ஒரு ஃபோட்டா கூட உன்னால ஹைட் பன்னமுடில..இதுல என் பேரண்ட்ஸ்கு நான் ஜாப் வாங்கிட்டு தான் லவ்வ சொல்லுவேன்னு டையலாக் வேற"என்று பொறிந்து தள்ளினான்..

அதிலிருந்து அவள் வீட்டில் கண்டிப்பும் அதிகமானது..இது வழக்கமான பெற்றோரின் செயல் தான்..ஆனாலும் அவள் வீட்டில் கொஞ்சம் வித்தியாசமான அனுகுமுறையை கண்டாள்..

"லவ் பன்னு,,வேணாம்னு சொல்லல..அது படிச்சி முடிச்சு ஒரு நல்ல வேலைக்கு போய்ட்டு சொல்லு..பையன் நல்லவனா இருந்தா பேசி முடிச்சிடலாம்" என அவள் அம்மா சொன்னார்கள்..

இதன் பிறகு இருவரும் சந்திப்பது ரொம்பவே கடினமான ஒன்றாக இருந்தது..இதனால் ஷ்ரேயா ப்ரியன் இருவரிடமும் நெருக்கம் குறைந்து சண்டைகள் அதிகமானது..

இதற்கிடையில் ப்ரியன் தன்னுடைய ஃபைனல் இயரை முடித்து வீட்டில் இருந்தான்..அவன் படிப்பில் ஒன்றும் கெட்டிக்காரன் அல்ல..ஏதோ அவனுக்கு தெரிந்ததை பரிட்சையில் எழுதி பாஸ் ஆகி-

டுவான்..

இன்னும் ரெண்டு பேப்பர்ஸ் க்ளியர் ஆகாமல் இருந்தது..அதை எப்போதும் ஒரு கவலையாக அவன் நினைத்ததே இல்லை..

ஷ்ரேயா,,மீண்டும் வாழ்க்கை வெறுமையாகி போனதாய் உணர்ந்தாள்..எப்போதும் பேசிக்கொண்டிருக்கும் தன்னவனின் அருகாமை இல்லை..அதிக நேர பேச்சு இல்லை..வீட்டிற்கு தெரியாமலே இருந்திருக்கலாம் என்றிருந்தது அவளுக்கு..

8

"ஹே..லூசு...எனக்கு வேலை கிடச்சிடுச்சிடி" என தித்திப்பான செய்தியை சொன்னான் ப்ரியன்.

உனக்கா?எப்படி??நீ தான் இன்னும் அரிய்ஃஃர்ஸ் க்ளியர் பன்னவே இல்லையே - சந்தேகமாக கேட்டாள் ஷ்ரேயா.

"அதெல்லாம் உன்ன மாதிரி ஃபன்னி கேர்ள்ஸ்க்கு தான்..என்ன மாதிரி ஹீரோக்கு எல்லாம் மார்க்ஸ்,ஸ்கோர்ஸ் பார்த்து வேலை தர மாட்டாங்க..டேலன்ட் பார்த்து கொடுத்தாங்க..அதெல்லாம் தான் உனக்கு சுத்தமா இல்லையே" என அவளை ஓட்டினான்.

"யார் சொன்னா??உன்ன விட எனக்கு அது நெறையவே இருக்கு.. You know am a writer.."

ஆமா..ஆமா.அத நீ தான் சொல்லிக்கனும்..சும்ம லூசாட்டம் எதையாவது கிறுக்கி வெச்சிட்டு நான் writerனு சொல்லிட்டு திரியுற..யார்டி நீ எழுதுறத எல்லாம் படிக்கிறாங்க..எல்லாமே மாடெர்னா மாறிட்டு இருக்கும்போது இன்னமுமா புக்ஸ் எல்லாம் படிக்கிறாங்க என கிண்டல் செய்தான்..

"போடா லூசு..உனக்கு எங்க அதெல்லாம் தெரியப்போகுது..அது-சரி..ட்ரீட் எங்கடா??"

வைக்கலாம் வைக்கலாம்...அதுக்கு மேடம் பாக்க வரனும்..

நானா வர மாட்டேன்னு சொல்றேன்..உங்க அத்த தான் விடவே மாட்டேங்கிறாங்க..நான் எங்கயாவது கிளம்பினாலே உன்ன பாக்கதான் வரேன்னு நெனச்சிக்கிறாங்க..

"உண்மை என்னனு எனக்கு தானே தெரியும்..பாக்க வரதே இல்ல"என வருந்தினான் ப்ரியன்

சரி விடு..நான் ட்ரை பன்ரேன்..

"நீங்க ட்ரை மட்டும் தான் பன்னுவிங்க" என அவன் கோவித்துக்கொண்டான்..

இப்படி அவனை பார்க்காமலே நாட்கள் சென்றது..வீட்டில் கண்டிப்பு கூடியதால் வெறுப்பும் கூடியது..

இடையில் ஒருநாள் அவள் வீட்டிற்கு வந்த மாமாவைப் பார்த்து மனதுக்குள் சிரித்துக்கொண்டாள்..இவர்மேல நமக்கு வந்தது,, ஏதோ ஒரு அட்ராக்ஷன்..அத போய் லவ்னு நெனச்சி வாழ்க்கை வெறுமையான மாதிரி நெனச்சி ரொம்ப எக்ஸ்ட்ரீம் வரைக்கும் தின்க் பன்னிட்டமே என நினைத்தாள் ஷ்ரேயா..

இங்கு பலரும் அப்படி தான்..முதல் முதலாய் ஒரு ஆணின் மீது வரும் ஈர்ப்பை காதல் என தவறாக எண்ணிக்கொண்டு அதற்கான பின்விளைவை யோசிக்காது திருமண வாழ்வில் கஷ்டப்படுகிறார்கள்..சரியான வயதும் புரிதலுமே காதலையும் காமத்தையும் தனித்தனியென இனம் காட்டி வளமான வாழ்வுக்கு வழிவகுக்கும்..

ப்ரியன் வேலைக்கு செல்வதில் கூட பெரிதாக அக்கறை எடுத்துக்கொள்ளவில்லை..அவனது குணமே அப்படித்தான்..எதற்கும் அதிகமாக சந்தோஷ பட மாட்டான்;கவலை பட மாட்டான்..ஒவ்வொரு நொடியையும் அதன் போக்கில் வாழ்வான்..

எந்த பிரச்சனை வந்தாலும் பதட்டப்படாமல் முடிவெடுப்பான்..முடிவெடுப்பதில் அவன் கெட்டிக்காரன்..ப்ரியனுக்கு தோழர்கள் என சொல்லிக்கொள்ள பெரிதாக யாரும் இல்லை..அதனால் அவனுக்கு கவலைகளும் இல்லை..

அவன் தன் குடும்பத்தை மட்டுமே சார்ந்து இருப்பான்..அவன் உலகமே குடும்பம் மட்டும் தான்..

“ஊர் உலகம் என்ன சொன்னால் என்ன,நமக்கு இருக்குறது ஒரே ஒரு லைஃப் அத நாம நமக்கு பிடிச்ச மாதிரி வாழனும்..அதுல நம்ம குடும்பம் பாதிக்கக் கூடாது..அவ்வளவு தான் வாழ்க்கை” என்று சொல்பவன் தான் ப்ரியன்

ஆனால் ஷ்ரேயா அப்படி இல்லை..அவள் உலகம் சுற்றும் சுட்டிப்பெண்..கண்டிப்பே இல்லாமல் சுதந்திரமாக வளர்க்கப்பட்டவள்..

அதனால் தான் ப்ரியனின் காதல் விவரம் தெரிந்தும் வீட்டில் பெரிதாய் தடை சொல்லவில்லை..ஆனால் மனசாட்சிக்கும் ஊர் உலகத்-

திற்கும் பயந்து வாழ்பவள்..இல்லை இல்லை அதற்கு பயந்து சாகிறவள்.."யாராவது எங்க அம்மாவ இப்படி கேப்பாங்களோ,,என் அப்பாவா எதாவது சொல்லிடுவாங்களோ..வெளில போனா கேவலமா பாப்பாங்களோ??என யாருக்கோ எவருக்கோ நினைத்து பயம்கொள்வாள்..

சின்ன சின்ன விஷயத்தையும் பெரிதாக என்ணி சந்தோஷப்படுவாள்,துக்கப்படுவாள்..சின்ன விஷயத்தையும் நினைத்து அதிகமாக புலம்புவாள்..முடிவெடுக்கும் சூழ்நிலை வந்தாள் குழம்பி போவாள்..

ஷ்ரேயா ஃபைனல் இயரில் பிசியாக இருந்தாள்..ஏற்கனவே இருந்த கணித பேப்பரையும் கஷ்டப்பட்டு படித்து ஆல் க்ளியர் செய்தாள்..

அம்மு..நான் ஆல் க்ளியர் பன்னிட்டேன் வித் 72 பெர்செண்டேஜ் என ரிசல்ட் வந்தபிறகு ப்ரியனிடம் சொன்னாள்..

நம்ப முடிலயே..

நம்புடா பைத்தியம்..நானும் சீக்கிரம் வேலைக்கு போவேனே..அப்றம் உங்க வீட்டுக்கு போய் அத்தைகிட்ட பேசிட்டு,, எங்க வீட்ல வந்து பொண்ணு கேக்க சொல்லுவேன்..

ஓஓ..அப்போ நீங்க மாப்பிள்ள கேட்டு வர மாட்டிங்க??

எனக்கு ஓகே தான்..பட் நாங்க அங்க வந்தா நீதான் காஃபி கொண்டுவந்து கொடுக்கனும்..உனக்கு ஓகேவா சொல்லு..

யார்டி அசிங்கமா காஃபி எல்லாம் போட்டுட்டு..

அப்போ நீங்க தான் பொண்ணு பாக்க வரனும்..

எல்லாம் என் விதி..நானா மாட்டிக்கிட்டேன்..இனி தப்பிக்க வழியில்ல..ஃபர்ஸ்ட் நீ வேலைக்கு போற வழிய பாரு..அப்றமா கல்யாண கனவு கானுவ..

அவன் சொன்னது போலவே ஒரு வேலையைத் தேடிக்கொண்டாள்..ஏதோ 4G புண்ணியத்தால் வீடியோ காலில் இருவரும் பார்த்துக்கொண்டனர்..ஆனாலும் அது நேரில் பார்த்து பேசுவது போல இருக்காதே..

9

மூன்று மாதத்திற்கு பிறகு அவளை பார்க்க வேண்டுமென ப்ரியன் நினைத்தான்.. “ஹே கருமி..உன்ன பாக்கனும்போல இருக்குடி”

“ஹோ..என்ன திடீர்னு சாருக்கு என் நெனப்பு”

அதுவா..ஆஃபிஸ் ஃபிகர எல்லாம் பார்த்து பார்த்து போர் அடிச்சி-டுச்சி..எத்தன நாளைக்கு தான் இவங்களையே சைட் அடிக்கிறாது..

ஒரு சேஞ்ச்சுக்கு ஆண்டிய சைட் அடிக்கலாமேனு நெனச்-சேன்..அதான் உன்ன கூப்டேன்..

அப்போ..நான் ஆண்ட்டியா?

அது உனக்கு இப்பதான் தெரியுமா?ஃபன்னி கேர்ள்

போடா..வர மாட்டேன்..நானும் வேற எதாவது அங்கிள பாத்துக்கி-றேன்..

யாரு அந்த அங்கிள்??

யாரோ..

சரி பாத்துக்க...எப்படியாவது எனக்கு விடுதலை கிடச்சா போதும் உன்கிட்ட இருந்து..

எரும..அப்ப கண்டிப்பா உனக்கு விடுதலை கிடையாது..நான் செத்தா கூட,,என் ஆவி உன்ன சுத்தி தான் இருக்கும்..வேற யாரையும் உன்ன மேரேஜ் பன்ன விட மாட்டேன்..

சரி..ஒருவேள நமக்கு கல்யாணம் ஆகி,,ஒரு கொழந்த பிறந்து அப்-றமா நீ செத்துட்டா என்ன பன்னுவ??

அப்போவும் இப்படி தான்

என் கொழந்த அம்மா இல்லாம வளரனுமா?நான் உனக்கு ஒரு தங்-கச்சி செட் பன்னிடுவேன் என்னையும் கொழந்தையையும் பாத்துக்க..

ஃப்ராடு..இதுக்காகவே என்ன மர்டெர் பன்னினாலும் பன்னிடுவ நீ..உன்ன எல்லாம் விட்டு நான் போகவே மாட்டேன்..எனக்கு ஆயுசு கெட்டினு என் பாட்டி சொல்லிருக்காங்க..

சரி..சரி..ஒழுங்கா நாளைக்கு காந்திபுரம் வா..சிறுவாணி போய்ட்டு வரலாம்

சரி பேபி

சொன்ன நேரத்துக்கு வரனும்..10 மணி சொன்னா 11 மணிக்கு வர கூடாது..

சரி..சரி..நான் 9 மணிக்கே வந்திடுவேன்..

லூசு..இப்பதானே சொன்னேன்..சொன்ன நேரத்துக்கு வந்தா போதும்..9 மணிக்கு எல்லாம் வந்து என்ன பன்னுவ?சும்மா சும்மா எனக்கு கால் பன்னுவ..

"நான் எப்படியாவது தப்பிச்சி வீட்ல இருந்து கிளம்பனும்"என நாளைய சந்திப்பைப் பற்றி பேசிக்கொண்டே விடியலுக்காக அந்த காதலர்கள் காத்திருந்தனர்..

- - - - - - - - - -

அதன் பிறகு பதிவு எதும் இல்லை என ப்ரியன் பார்த்தான்..

- - - - - - - -

கதை படித்து முடித்த ப்ரியனின் மனம் கனமானது..அவன் மட்டும் அவளை அன்று வர சொல்லாமல் இருந்திருந்தாள் அப்படி ஆகியிருக்காதே..

ஆனாலும் ஏதோ ஒரு வகையில் கடவுள் அவனை கைவிடவில்லை என நினைத்துக்கொண்டான்..

எவ்வளவு அன்போடும் காதலோடும் துருதுரு என்றிருப்பாள்..

பேசிக்கொண்டே இருப்பாள்..ஏண்டி கருமி உனக்கு வாயே வலிக்காதா என ப்ரியன் வாய்விட்டு கேட்டதும் உண்டு..ஆனால் இப்போது எல்லாம் மாறிவிட்டது என நினைத்துக்கொண்டே அந்த போனை ஸ்விட்ச் ஆஃப் செய்து வைத்து கட்டிலுக்கு வந்தான்..

அங்கே எதையுமே அறியாமல் தன் இன்னாள் மனைவியும் முன்னாள் காதலியுமான தீதிகா (ஷ்ரேயா) உறங்கிக்கொண்டிருந்தாள்..அவளை ஆசையாக பார்த்தான்..எப்படி இருந்தவள் இப்படி ஆகிப்போனாளே..

என்னை யாரோ ஒரு மாப்பிள்ளை என நினைத்து மணமுடித்தவளிடம் எப்படி சொல்வேன்..உனக்கு எல்லாமுமாக இருந்த காதலன் நான் தானென..

தாய் தந்தையரையே மறந்து போன இவளிடம் 4 வருட காதலை மட்டும் இந்த காதலன் எப்படி சொல்வேன்..

ஏதோ கவலையோடு அவளருகே அவனும் படுத்தான்..

ஆனால் மனம் மட்டும் அவளது கதைகளிலே நிலைத்து நின்றது..அவள் அழகாக எழுதியிருக்கும் அந்த கதை அப்படியே நிற்க கூடாது..

அவள் எழுத நினைத்ததை நாம் முடித்து வைக்கனும் என்று உறுதி பூண்டான்..

தமிழ் தெரியும் என நினைப்பவரெல்லாம் கதை எழுதிட முடியாதே!!ஒருமுறையேனும் ஒரு கதை எப்படி இருக்கும் என்று படித்து தெரிந்திருக்கவேனும் வேண்டுமல்லவா??பாட புஸ்தகத்தையே பாரமாக நினைத்துப் படித்த நீ கதை புஸ்தகத்தை எங்கணம் எழுதுவாய் என அவனது மனசாட்சி கேட்டது..

மனதில் நினைப்பதையும் பேச்சு நடையில் சொல்வதையும் எழுத்தாக்கினால் கதையாகுமா?அதற்கொரு கரு வேண்டாமா?எழுத்தில் ஒரு உயிர் வேண்டாமா??என்ன செய்யலாம் என யோசித்துக்கொண்டே ஒரு முடிவு எடுத்து பின் உறங்கினான் ப்ரியன்.

10

காலையில் சீக்கிரமே எழுந்த தீதிகா,,அவன் உறங்கிக்கொண்டிருப்பதை பார்த்து லேசாக மனதுக்குள் சிரித்துக்கொண்டாள்..முதலிரவு முடிந்த முதல் நாள் காலை..எதுவுமே நடக்காமல் இன்னமும் குழந்தையைப் போல உறங்கிக்கொண்டிருக்கும் கணவனைப் பார்த்து ரசித்தாள்.

பின் எழுந்து குளியலறை சென்றவள் குளித்து முடித்து வந்தாள்..

அப்போது அவன் ப்ரியன் எழுந்திருந்தான்..அவளை விழிவிரிய பார்த்தவன்,,"அம்மு..நீ இப்ப ரொம்ப அழகா இருக்க..ஆனா என்ன காலையிலயே புடவை கட்டிட்டு சோல கொல்ல பொம்மையாட்டம் நிக்கிற "என்றான்.

பொம்ம மாதிரி இருக்கா?என உதடு பிதுங்க கேட்டாள்..

இல்லமா..சும்மா சொன்னேன்..

நிஜமா சும்மா தானே..

ஆமாடி..சும்மா தான்..இந்த கிளி பச்ச கலர் உனக்கு எடுப்பா இருக்கு?? (பழைய மாதிரி இருந்திருந்தால் இதென்னடி காமெடியா ஒரு ட்ரெஸ்னு கலாய்ச்சிருப்பேன் என நினைத்தான்)

இன்னைக்கு கோவிலுக்கு போகனும்னு அத்தை சொன்னாங்க..அதான் கிளம்பிருக்கேன்..நீங்களும் குளிச்சிட்டு வாங்க என தலையில் கட்டியிருந்த துண்டை கழற்றி முடியை உலர்த்திக்கொண்டிருந்தாள்..

சரி என அவனும் குளித்து வந்தான்..முன்னிருந்ததை விடவும் அவளை அதிகமாக நேசித்தான்..

அவள் கதையை படித்த பிறகு தன்னுடனான காதலை அவள் எவ்வளவு ரசித்து பழகியிருக்கிறாள் என புரிந்துகொண்டான்..அவளின்

சின்ன சின்ன சந்தோஷத்தையும் பார்த்து ஏளனம் செய்தவன் இப்போது அவளைப்போல ரசிக்கத் தொடங்கினான்..

கீழே இருவரும் இறங்கி சென்றனர்..

"பேபிமா" என ப்ரியனின் தங்கை தீதிகாவை கட்டிக்கொண்டாள்.

உனக்கு சாரி எவ்ளோ நல்லா இருக்கு தெரியுமா?

ஓஓ..

ஆமா பேபி..என் ட்ரெஸ் எப்படி இருக்கு??

நல்லா இருக்கு..

தீதிகாவுக்கு ஒன்று மட்டும் புரியவில்லை..எல்லாரும் என்னிடம் வெகு இயல்பாய் பழகுறாங்களே..ஆனா என்னால அப்படி முடி-லயே..ஏதோ புதுசாவே இருக்கு என நினைத்தாள்..

அன்றைய நாள் எல்லாரும் கோவிலுக்கு சென்று வீடு வந்-தனர்..வீட்டிற்கு வந்த ப்ரியன் தனக்கு வேறு வேலை இருப்பதாக சொல்லி வெளியே சென்றான்..

அவன் இரவில் யோசித்தது போலவே தீதிகாவின் தோழியை பார்க்க சென்றான்..

"வாங்க அண்ணா..என்ன கல்யாணம் ஆகி ரெண்டு நாள் கூட ஆகல..என்ன பாக்க வந்திருக்கிங்க.." என தீதிகாவின் தோழி திவ்யா கேட்டாள்.

எனக்கு ஒரு ஹெல்ப் வேனும் திவ்யா..

சொல்லுங்க அண்ணா..

நீயும் நெறைய கதை கவிதை எழுதுவனு தீதி சொல்லி-ருக்கா..எனக்கு நான் சொல்றத நீ கதையா எழுதி தரனும்..

சரிண்ணா..பட் இப்ப எதுக்கு அவசரம்?

"ஆமா திவ்யா அவசரம் தான்..நான் சொல்றத உள்வாங்கி அப்ப-டியே எழுதித் தா "என முழு கதையையும் சொன்னான்

முழுவதுமாக கேட்டுமுடித்தவள் "சரி அண்ணா..நாளைக்கு முடிச்சித் தரவா??" என்றாள்.

தேங்க்ஸ்டா..

என்ன அண்ணா..இதுக்கெல்லாம் நன்றி சொல்லிட்டு..அவளுக்கா-கவும்,,அவ மேல நீங்க வெச்ச அன்புக்காகவும் இத நான் எழுதி தரபோறத சந்தோஷமா நினைக்கிறேன்..

"எங்கயோ ஆரம்பிச்ச காதல கல்யாணம் வரைக்கும் கொண்டு வந்-துட்டிங்க..காதல்னா இப்படி தான் அண்ணா இருக்கனும்" என சொல்லி அவனை வழியனுப்பி வைத்தாள்.

ஒரு வாரமாக வீட்டில் சரியாக யாரிடமும் பேசாமல் ஏதோ பாரத்தை மனதில் சுமந்ததுபோல இருந்தான் ப்ரியன்..

திவ்யா எழுதித்தந்த கதைகளை தீதிகாவின் கதைத்தளத்தில் பதி-விட்டிருந்தான்..ஆனால் முழுதும் படிக்க நேரம் இல்லாததால் இன்று அதை எடுத்து படித்தான் மாடியில் தனியாக அமர்ந்து கொண்டு..

- - - - -

11

ப்ரியனும் ஷ்ரேயாவும் நாளை சந்திப்பதென பேசிக்கொண்டனர்..

காலையில் அவனை பார்க்கும் ஆவலில் சந்தோஷமாக கிளம்பினாள் ஷ்ரேயா..

அங்கே ப்ரியனும் அவள் வருகைக்காக காத்திருந்தான்..

"எங்கடி இருக்க" என மெசேஞ் செய்தான் ப்ரியன்..

பஸ்ல வந்துட்டே இருக்கேன்

சீட் இருக்கா??

இருக்கு..எஞ்சின் கிட்ட தான் உக்காந்திருக்கேன்..

கால் பன்னவா?

ம்ம்..பண்ணு..

அவன் காலை அட்டெண்ட் செய்து பேசிக்கொண்டே வந்தாள்..

திடீரென அலரல் சத்தமும், அதைதொடர்ந்து அழுகை சத்தமும் கேட்டது..பின் சத்தம் தேய்ந்து அவளது ஃபோன் நாட் ரீச்சபில் என்றது..

ப்ரியனின் மனம் பதபதைத்தது.தொடர்ந்து அவளது எண்ணிற்கு அழைத்தான்..ஆனால் எந்தவொரு பதிலும் இல்லை..

என்னவா இருக்கும் ..ஒருவேள சார்ஜ் போடாம இருப்பாளோ??ஆனா ஏதோ அலறல் சத்தம் கேட்டதே.அது என்னவா இருக்கும்..

கடவுளே அவளுக்கு எதும் ஆகிருக்க கூடாதென யோசித்துக்கொண்டே வழக்கமாக அமர்ந்திருக்கும் ஜூஸ் கடையில் இருந்தான்..

“எதாவது சாப்டுறிங்களா” என கேட்ட கடைக்காரரிடம் “இல்ல..ஒருத்தங்க வரனும்” என்றான்..

அவருக்கு அது யாரென தெரியும்..ஆகையால் ஏதும் கேக்காமல் அடுத்த கஸ்டமரை கவனித்தார்..

ஒருமணி நேரத்திற்கு பிறகு காத்துவாக்கில் ஒரு செய்தி வந்தது..அது அவனை அதிகம் கலவரமாக்கியது..

ஈரோடுல இருந்து வந்த ஒரு ப்ரைவேட் பஸ் ஆக்ஸிடெண்ட் ஆச்சாம்..8 பேர் ஸ்பாட்லயே இறந்திட்டாங்களாம்..

இதைக்கேட்டவன் அருகில் இருந்தவர்களிடம் விசாரித்தான்..அவர்கள் சொன்னதையெல்லாம் வைத்து பார்த்த போது அவள் தன்னிடம் பேசிக்கொண்டிருந்த நேரமாக இருக்கவும்,,பயத்தோடு வேண்டினான் "கடவுளே அவளுக்கு எதும் ஆகிட கூடாதென"ஆக்ஸிடெண்ட் நடந்த இடத்திற்கு விரைந்து சென்றான்..

அந்த பஸ் இருந்த நிலையை பார்த்தவனுக்கு உயிரே இல்லை..அந்த நிலையில் இருந்தது பஸ்..அந்த பஸ்ஸை மெதுவாக அப்புறப்படுத்த முனைந்துகொண்டு இருந்தார்கள் சிலர்..

கூட்டத்தில் யாரிடமோ விசாரித்தான்“ஆக்ஸிடெண்ட் ஆனவங்கள எல்லாம் எங்க அனுப்பிருக்காங்க? "

“தெரிலையேப்பா..ஏன் உனக்கு தெரிஞ்சவங்க யாராவது இதுல வந்தாங்களா?எல்லாருக்கும் நல்லா அடியாம்..நிறையா பேரு ஸ்பாட்டுலயே இறந்துட்டாங்களாம்" என அவர் பேசிக்கொண்டிருக்க,,

அவர் பேசுவதை கேட்க பிடிக்காமல் வேறு ஒருவரிடம் கேட்டு அருகில் இருக்கும் ஒரு மருத்துவமணையென உறுதி செய்தபின் தனது ஸ்கூட்டியில் கிளம்பினான்..

மருத்துவமணையை நெருங்கும் போதே கருக்கென்றிருந்தது அவனுக்கு..

ஆங்காங்கே சில அழுகை சத்தம்,,ஆம்புலன்ஸ் சத்தம்..அங்கிருந்து அப்படியே ஓடிவிடலாம் போல இருந்தது அவனுக்கு..ஆனாலும் அவளுக்கு எதுவுமில்லை என தெரிய வேண்டுமே என உள்நோக்கி சென்றான்..

அங்கிருந்த நர்ஸ்களிடம் விசாரித்தான்.. இவன் சொன்ன அடையாளத்தில் ஒரு பெண் இருந்ததாக கூறினார்கள்..

அவர்கள் காட்டிய அறை நோக்கி சென்றவனின் இதயம் கனத்தது..இதுவரை அழாதவன்,,வெளிவரத் துடிக்கும் கண்ணீரோடு அந்த

அறையை அடைந்தான்..

கட்டிலில் கிடந்தவளைப் பார்த்து அம்ம்ம்மூமூ••••என கத்திக்கொண்டே அருகில் சென்றான்..அவளைப் பார்த்து தாரைதாரையாய் கண்ணீர் வடித்தான்..அதைக்கேட்டு உள்ளே வந்த நர்ஸ்,, நீ இந்த பொண்ணுக்கு என்ன வேணும்..

“மா•••மாமா வேனும்..என்னோட கசின் தான் இவங்க..”

“எதுக்கு இப்படி அழுகுறிங்க..உயிருக்கு எந்த ஆபத்தும் இல்ல..தலைல அடிபட்டிருக்கு..வலது கைல எழும்பு உடஞ்சிருக்கு..இன்னும் சுயநினைவுக்கு வரல இவங்க..நீங்க இப்படி கத்தி அழுதா பக்கத்துல இருக்க பேஷண்ட்ஸ்க்கு எல்லாம் தொந்தரவா இருக்கும்" என்றார் ஒரு நர்ஸ்.

பயப்பட எதுவும் இல்லைதானே?? - ப்ரியன்

"கான்ஸியஸ் வந்தா தான் மேற்கொண்டு எதுவும் முடிவு பன்ன முடியும்..நீங்க இந்த பொண்ணோட வீட்டுக்கு தகவல் சொல்லிடுங்க"

“அவளை பார்த்துக்கொண்டே சரி என்றான்..”

வெளியே சென்ற நர்ஸ் மீண்டும் உள்ளே வந்து..”இந்தா தம்பி..இது இந்த பொண்ணோட பாக்கெட்ல இருந்ததென அவள் செல்போனை கொடுத்தாள்”

அதுவும் அவளைப்போல பரிதாபமாக இருந்தது..

ஆனா என்கிட்ட பேசிட்டே தானே வந்தா,,அப்ரம் எப்படி அவ பாக்கெட்ல போனதென யோசித்தான்..

அதை மேலும் யோசிக்காமல் அவனது மொபைலில் இருந்து ஷ்ரேயாவின் அக்காவிற்கு கூப்பிட்டு விஷயத்தை சொன்னான்..

அதைக்கேட்ட அவளும் பதறிபோய்,, “ப்ரியா•••நாங்க இப்போ ஊர்ல இருக்கோம்..நான் எங்க அம்மாகிட்டயும் சொல்லிட்டு கூட்டிட்டு வரேன்..அது வரைக்கும் நீ அவள பாத்துக்க”

“சரி..பயப்பட ஒன்னுமில்லைனு சொல்லிட்டாங்க..நீங்க பொருமையாவே வாங்க என்றான்..

ஆனால், அதன் பிறகு தான் கலவரமே என்பதை தெரியாமல் ஷ்ரேயாவையே பார்த்துக்கொண்டு இருந்தான்..

இரண்டு மணி நேரத்திற்கு பிறகு கண் திறந்தவள் “ரியன்..ரியன் என உளறினாள்..இவன் உடனே அருகில் இருந்த நர்சை அழைத்து வந்-

தான்..அவளின் அருகே சென்று.. "உனக்கு என்னமோ ஆச்சுனு நான் எவ்ளோ பயந்து போய்ட்டேன் தெரியுமா? என அவள் கையை பிடித்-தான் ப்ரியன்.

ஆனால் அவளோ அவன் கையை உதறிவிட்டு ரியன் ரியன் என்று பினாத்திக்கொண்டே இருந்தாள்..

அம்மு..அம்மு..நான் தான் ரியன்..உன்னோட ப்ரியன்..

அவள் அவனை வினோதமாக பார்த்து,, எஎ..என.க்..கு உங்.க..ள த்..தெரி.ல என்றாள்..

இடிவிழுந்ததை போலிருந்தது அவனுக்கு..அவனுக்கு மட்டு-மல்ல..அந்த நர்ஸுக்கும் வித்தியாசமாக தெரியவே டாக்டரை அழைத்து வந்தாள்..

ஆனால் பாவம் அவளுக்கு ரியன் என்ற பெயரைத் தவிர வேறெது-வும் தெரியவில்லை..தலையில் அடிபட்டதால் அப்படி இருக்குமென பல ஸ்கேன்களை செய்து பார்த்தனர்..

"டாக்டரின் அறைக்கு அழைக்கப்பட்டான்..

"இவங்க பேரண்ட்ஸ் வரலியா?

அவங்க ஊர்ல இருந்து இப்ப தான் கிளம்புறாங்க..இன்னைக்கு நைட் தான் வருவாங்க..அதனால எதா இருந்தாலும் என்கிட்டயே சொல்லுங்க..

அவங்களுக்கு தலைல அடிபட்டதால மெமொரி லாஸ் ஆகி-ருக்கு..சீக்கிரம் ரெக்கவர் ஆகிடும்..நோ நீட் டு வர்ரி..

என்ன ..அப்போ பழசெதும் அவ நினைவுல இல்லையா?

இல்ல..அவங்க இப்ப புதுசா பிறந்த மாதிரி..இது பெர்மனெண்ட் கிடையாது..டெம்பரவெரி தான்..பட் எப்போ ரெகவெர் ஆகும்னு எக்-சாக்ட்டா சொல்ல முடியாது..

ஆனா..என்னோட பேர சொன்னாளே?

அவங்க ஆழ்மனசுலயோ,,இல்லை இந்த இன்சிடெண்ட்க்கு முன்-னாலையோ அவங்க மூளை சேவ் பன்னி வெச்சிருந்த ஒரு நேமா இது இருக்கலாம்..லைக் நாம எப்படி சாப்பாடு,காய்கறினு அன்றாட விஷ-யங்களை மறக்காம இருக்கோமோ அப்படி..அவங்க நிகழ்வுகள தான் தற்காலிகமா மறந்திருக்காங்க..எல்லாத்தையும் மறக்கல..

அதெப்படி டாக்டர்..

அவங்களுக்கு பழகிய முகங்களை தான் தெரில..ஆனா நல்லா பேசுறாங்க..அதாவது அவங்களுக்கு எழுத்து எண் பேச்சு எதும் மறக்கல..அவங்க மூளையில பதிவு பண்ணின சில விஷயங்கள் தான் மறந்திருக்கு..

இத ரெகவர் பன்ன நாம எதுவும் பன்ன வேண்டியதில்ல..அதன் போக்கிலே விட்டா சரி ஆகிடும்..

அதன் பின் அவள் இருக்கும் அறைக்கு வந்தான்..ஆனால் அவள் மட்டும் எதும் பேசாது நீங்க யாரு என்று கேட்டாள்..

என்ன சொல்வதென்று தெரியாமல் "நான் உனக்கு மாமா வேணும்..உன்ன கட்டிக்க போறவன்" என்றான்..

இவள் எல்லாம் மறந்த போதும் தன்னை மறக்காமல் இருக்கி-றாளே..இதை சாக்காக வைத்து என்னிடம் இருந்து பிரித்துவிட்டால் என்ன செய்ய என்றுதான் அப்படி சொல்லிவைத்தான்..

சாயங்காலம் ஷ்ரேயா அம்மாவும் அக்காவும் வந்தார்கள்..வந்த ரமணி தன் பெண்ணின் இந்த நிலைக்கு ப்ரியன் தான் காரணம் என எண்ணி அவனிடம் சண்டை போட ஆரம்பித்தாள்..

"நல்லா இருந்த எம்புள்ளைய இப்படி பன்னிட்டியேடா..எல்லாம் தெரிஞ்சும் நான் ஏன் அமைதியா இருந்தேன்? அவ வேதனை பட கூடாதுனு தானே..இப்ப என் புள்ளைய இப்படி நார் மாதிரி படுக்க வெச்சிட்டியேடா"

“அம்மா..நீ சும்மா இரு..இவன் மேல எந்த தப்பும் இல்ல..”

"இவன் கூப்டாம அவ எப்படிடி போய்ருப்பா?எல்லாத்துக்கும் இந்த பாவி தான் காரணம்"

"அத்த நான் சொல்றத கேளுங்க"

யாருக்கு யாருடா அத்த?

"நான் சொல்றத முதல்ல கேளுங்க..ஷ்ரேயாவுக்கு பழசெல்லாம் மறந்திடுச்சுனு டாக்டர் சொன்னாங்க..நீங்க இப்படி கத்தினா அவ தான் பாதிக்கப்படுவா"

அப்போது தான் ரமணி மகளைப் பார்த்தாள்..என்ன நடக்கிறதென்றே தெரியாமல் ஒரு சிறுகுழந்தை போல வேடிக்கை பார்த்துக்கொண்டிருந்-தாள்..

அதை பார்த்த ரமணி.. “அய்யோ...சிட்டாட்டம் இருந்த எம்புள்ளை இப்படி ஆகிட்டாலே,,சின்ன பாப்பா அம்மாவ தெரியுதாடா?" என அவளிடம் கேட்டாள்..

ஆனால் அவளோ எதுமே தெரியாது விழித்தாள்..

"அய்யோ..ஜீவிதா..உன் தங்கச்சிய பாருடி..என்ன யாரையோ பாக்குற மாதிரி பாக்குறா..உங்கப்பாகிட்ட என்னனு சொல்லுவேன்"

அத்த..பயப்பட ஒன்னுமில்லனு டாக்டர் சொல்லிடாங்க..

"நீ எதும் பேசாத..முதல்ல இடத்த காலி பன்னு..உன்ன விட்டு விலகினாலே என்பொண்ணு நல்லா இருப்பா" என ரமணி அவனை விரட்டினாள்..

"நான் ஏன் போகனும்..நான் அவ கூட தான் இருப்பேன்" என பிடிவாதமாக நின்றான் அவன்..

"ப்ரியா..சொல்றத கேளு..அம்மா கவலைல அப்படி சொல்றாங்க..நீ இப்ப போய்ட்டு நாளைக்கு வா..அதுக்குள்ள நான் அம்மாகிட்ட பேசி புரிய வைக்கிறேன்" என ஜீவிதா வாக்கு கொடுத்தாள்..

அதன் பிறகு அரைமனதுடன் கிளம்பினான் ப்ரியன்..

வீட்டிற்கு போனவன் என்ன நினைத்தானோ தெரியவில்லை,, நேரே தாயிடம் சென்றான்..

அம்மா இங்க கொஞ்சம் வாயேன்..

"என்னடா விஷயம்..இங்க வந்து சொல்லு என கிச்சனில் இருந்து கத்தினாள் "கல்பனா..

"அம்மா.. நீ இங்க வா..எனக்கு உன்கிட்ட பேசனும்" என இவனும் பதிலுக்கு கத்தினான்..

அவன் கத்தியதை கேட்ட அவன் தங்கை தாரினியும் வினோதமாக பார்த்தாள்..

கைகளை புடவை தலைப்பில் துடைத்தவாறே கல்பனா வந்து சோபாவில் உக்காந்து ,, “என்ன உனக்கு இப்ப பிரச்சன ? “என கேட்டாள்..

பிரச்சனதான்னு வெச்சிகோயேன்..

சரி சொல்லு..

தாரினிக்கு கல்யாணம் எப்ப பண்ண போறோம்??

இதென்னடா கேள்வி..இப்ப தானே அவ ஃபைனல் இயர் படிக்கிறா?இன்னும் ரெண்டு வருஷம் போகட்டுமேடா..

"இத கேக்கவா என் வேலையெல்லாம் விட்டுட்டு வர சொன்ன..அட போடா இவனே" என எழ முயன்றாள்

எழ முயன்றவளை கை பிடித்து மீண்டும் உக்கார வைத்து,, “அம்மா நான் இன்னும் பேசி முடிக்கல..”

சரி பேசு..

எனக்கு இப்பவே கல்யாணம் பன்னிக்கனும் போல இருக்கு..

அதை கேட்டு சிரித்தவள் “கல்யாணம் என்ன ட்ரெஸ்ஸா உடனே வாங்கி தர..அதுக்கு ஜாதகம் பாக்கனும்,பொண்ணு பாக்கனும், ஆயிரத்தெட்டு வேல இருக்கு..நீ சுலவா சொல்லிட்ட"

இல்லமா..எனக்கு ஒரு பொண்ண ரொம்ப பிடிச்சிருக்கு..

இதைகேட்ட கல்பனா முகம் மாறியது..அவன் இன்னும் என்ன சொல்கிறான் என கேட்க அமைதி காத்தாள்..

எனக்கு அந்த பொண்ணையே கல்யாணம் பன்னிக்கனும்னு தோணுது..

யாரு அந்த பொண்ணு.?அவ பேரென்னா?

அவன் முகம் கொஞ்சம் பிரகாசமானது..அவ பேரு ஷ்ரேயா?

எவ்ளோ நாள் பழக்கம்? எப்படி பழக்கம்?உன் காலேஜா?இல்ல ஆஃபிஸ்லயா

4 வருஷம்..ஃபேஸ்புக்ல பழக்கம்

என்னது 4 வருஷமாவா?அப்போ காலேஜ்க்கு படிக்க போகாம இத செய்யதான் போய்ருக்கியா?

இல்லமா.இது வேற..

எப்பவும் அந்த ஃபோன நோண்டிட்டு இருக்கும்போதே நெனச்சேன்..அதெப்படி குடும்பத்த பத்தியெல்லாம் யோசிக்காம உங்களுக்கு லவ் வருது..ஃபேஸ்புக்குனு சொல்ற..எத்தன நியூஸ் படிக்கிரோம்..அந்த மாதிரி எல்லாம் நம்ம குடும்பத்துக்கு சரிபட்டு வருமா??

அம்மா..புரிஞ்சுக்கோயேன்.அவ ரொம்ப நல்ல பொண்ணுமா..என்மேல ரொம்ப பாசமா இருப்பா?

"ஏன் நாங்க எல்லாம் பாசமா இல்லையா?" என எதிர்கேள்வி கேட்டாள்

இருக்கிங்க..ஆனா யாருனே தெரியாத ஒரு பொண்ணு நம்ம மேல பாசமா இருக்குறது பெரிய விஷயம் தானே..

"அதெல்லாம் எனக்கு தெரியாது..நான் ஏற்கனவே உனக்கு நம்ம மணிமாமா பொண்ணுனு முடிவு பன்னிட்டேன்..நீ அவள தான் கட்டிக்கனும்..

அவ நல்ல குடும்ப பாங்கான பொண்ணு..நீ சொல்ர மாதிரி இந்த ஃபேஸ்புக் வாட்ஸாப் எல்லாம் நோண்டுறதில்ல.பெத்தவங்க பேச்ச கேட்டு நடக்குற பொண்ணு..நீ சொல்ற மாதிரியெல்லாம் குடும்பத்துக்கு லாயக்கில்ல..

ஏன்மா இப்படி பேசுற..மணிமாமா புள்ளைய விட இவ உன்ன நல்லா பாத்துக்குவா..பாசத்துக்கு ரொம்ப ஏங்குறவ..எந்த காலத்திலும் தனிகுடித்தனம் போக கூடாதுனு நினைக்கிறவ..நீ நினைக்கிற மாதிரி ஃபேஸ்புக்ல பழகி லவ் பண்ற எல்லாரும் மோசம் கிடையாது..

என்ன மாதிரி கல்யாணம் பன்னிக்கனும்னு நினைக்கிரவங்கள உன்ன மாதிரி பெத்தவங்க எதிர்க்குறது தான் மோசம்..அதனால அவங்கள்ள பாதிபேர் பாதிலயே போய்டுறாங்க..

நீ என்ன சொன்னாலும் என் முடிவுல மாற்றம் இல்ல..அப்படி அவ தான் வேனும்னா..இந்த குடும்பத்த மறந்திடு

"அம்மா நீயும் என்ன போட்டு படுத்தாத..நீ வேனும்னா தாரினிகிட்ட கேளேன் அவ எவ்ளோ நல்ல பொண்ணுனு" என தாரினியை கை காட்டினான்..

பயபுள்ள கோத்துவிட்டானே என திறுதிறுவென விழித்தாள் அவள்.

"இந்த வீட்ல என்ன தான் நடக்குது" என கோவமானால் கல்பனா..

அருகில் வந்த தாரினி.. “அம்மா..இவன் சொல்றமாதிரி அண்ணி ரொம்ப நல்லவங்கம்மா..நம்ம குடும்பத்து மேல எவ்ளோ பாசமா இருப்பாங்க தெரியுமா?" என சப்போர்ட் செய்தாள்..

"நீ சும்மா இருடி" என அதட்டினாள் கல்பனா..

"எனக்கு அந்த மணிமாமா புள்ள புனிதா பத்தி நல்லா தெரியும்..அவ எல்லாம் உன்ன நல்லா பாத்துக்க மாட்டா..

இப்பவே அவளுக்காக அவங்க அப்பா தனியா ஒரு ஃப்ளாட் வாங்கி வெச்சிருக்கார்..கல்யானம் முடிஞ்சா ப்ரியன கூட்டிடு தனியா போய்டுவா..அப்றம் நானும் கல்யாணமாகி போய்டுவேன்..நீயும் உன் புருஷனும் தனியா தான் வாழனும் சொல்லிட்டேன்" என தன் துடுக்குதன-

மான பேச்சோடு சொன்னாள்..

ஒருவேள அப்படி ஆகிட்டா என மனதில் நினைத்த கல்பனா "எனக்கு டைம் வேனும் ரெண்டு நாள் " என்றாள்..

"நீ எவ்ளோ வேனும்னாலும் யோசிச்சிக்க..ஆனா எனக்கு சாதகமா சொல்லுமா..என்னோட ஆசையும் முக்கியம்,,உன்னோட ஆசையும் முக்கியம்..

உனக்கு தெரியுமா?அவ உன்மேல எவ்ளோ மரியாதை வெச்சிருக்-கானு..இத பாரு" என ஃபோனில் இருந்த ஸ்டார்ட் மெசேஜை காட்டி-னான்..

அதில்

"ஹே கருமி..எங்க அம்மா நம்ம மேரேஜ்கு ஓகே சொல்லலனா என்ன பன்னலாம்?"

ஓகே சொல்ல வைக்கனும்..பட் அவங்க விருப்பம் இல்லாம பண்ண கூடாது..ஏன்னா உங்கம்மா எவ்ளோ கஷ்டப்பட்டு உன்ன ஆளாக்கிருக்-காங்கனு நீ சொல்லிருக்க..

ஆமா

அதுவுமில்லாம நீ ஒரே பையன்..அவங்களுக்கு வரபோற ஒரே ஒரு மருமகள அவங்க பாத்து வைக்கனும்னு ஆசப்படுவாங்க..

டெஃபினெட்லி

அது நடக்கலனா என்மேல வெறுப்பு வரும்..அப்ரம் நாம மேரேஞ் பன்னினாலும் நான் வேண்டாத மருமகளா ஆகிடுவேன்..அடிக்கடி வீட்ல சண்ட வரும்..உனக்கு அப்போ தோனும் ஏண்டா இவள கல்யாணம் பன்னினோம்னு..

லூசு..இவ்ளோ யோசிக்கிற..

"ஆமா அது தான் நிஜம்..அப்றம் இவ்ளோ நாள் காதலிச்சது கசப்பா இருக்கும்..வாழ்க்க நரகமா தெரியும்"

சோ..என்ன பன்னலாம்..நான் வேற ஒருத்திய கல்யாணம் பன்னிக்-கவா?

நோ..அத்த சம்மதிக்கிற வரைக்கும் வெயிட் பன்னலாம்

இதை படித்த கல்பனாவுக்கு லேசாக மனம் இறங்கியது..கொஞ்சம் ஆறுதலும் அடைந்தாள்..

தனக்கேத்த மருமகளாக இவள் இருப்பாள் எனத் தோன்றியது..

அவள் மெசேஜ் செய்திருப்பது உண்மைதானே..ப்ரியனோடு வாழ்வதை விடவும் மாமியாரான என்னோடு இருக்கும் நேரம் தான் அதிகமாக இருக்கும்..அப்பொதெல்லாம் சண்டையாக இருந்தால் வாழும் மிச்சகாலமும் நரகம் தானே..

சரி..சரி..என் மருமகள நாளைக்கு கூட்டிட்டு வா பாக்கலாம்..

அம்மா...அது வந்து..அவளால வர முடியாது

ஏன்??

அவளுக்கு இன்னைக்கு ஒரு ஆக்சிடெண்ட் ஆச்சு??

அடடே..போய் பாத்தியா??இப்ப பரவாலையா?

பாத்தேன்..பயப்பட ஒன்னுமில்லை..ஆனா..

என்ன ஆனா...

அவளுக்கு என்ன யாருனு தெரியலை..

என்னடா சொல்ற — தாரினி..

ஆமா..அவளுக்கு பழசெல்லாம் மறந்திடுச்சு..அவங்க அம்மா,அப்பாவையே கூட தெரியல..

"என்னடா இப்படி சொல்ற..எதுமே தெரிலனு சொல்ற அப்றம் எப்படி அவள கல்யாணம் பன்னி வைக்கிறது?" என்றாள் கல்பனா..

"அதனால தான்மா உடனே கல்யாணம் வேணும்னு சொல்றேன்..அவளுக்கு..ஒரு அத்த பையனா இருக்கனும்.. ஒரு கணவனா நான் அறிமுகமாகனும் எங்க கல்யாணம் லவ் மேரேஜா இருக்க கூடாது..நீங்க எல்லாரும் சேர்ந்து நடத்தி வைக்கிற கல்யாணமா இருக்கனும்"

"சரி..அவங்க வீட்ல ஒத்துக்குவாங்களா?முதல்ல விஷயம் அங்க தெரியுமா?"

அதெல்லாம் தெரியும்மா..அவங்க அக்காவுக்கெல்லாம் ஓகே தான்..அவங்க அம்மாவுக்கு விஷயம் தெரியும்..இப்ப அவளுக்கு அப்படி ஆனதுக்கு நான் தான் காரணம்னு கொஞ்சம் கோவம்..மத்தபடி பிரச்சன எதுமில்ல..

சரி...அவங்க என்ன ஆளுங்க..

ஏன்மா.எல்லாரும் மனுஷ ஆளுங்க தானே!!

"அதுக்கில்லடா..உங்க அப்பா கேப்பாரு..நம்ம சொந்தகாரங்க கேப்பாங்கல்ல??"

"அவங்க ஊருக்கா அவ மருமக ஆகபோறா..நம்ம வீட்டுக்கு தானே..நீயே ஒத்துக்கிட்ட..அப்றம் என்ன??"

இல்லடா..இருந்தாலும் தெரிஞ்சிக்கனும் இல்லையா??

"எனக்கு தெரியாது..இதுவரையில நாங்க ரெண்டு பேருமே அத பத்தி பேசிகிட்டதில்ல..அதுக்கு அவசியமும் வந்ததில்ல"

சரி சரி..அவளுக்கு குணமானதும் சொல்லு..ஒருநாள் போய் பாத்-திட்டு வரலாம்..

சரி என ஆனந்தமாக சொன்னான்..

அடுத்த நாள் அவளை பார்க்க மருத்துவமனை சென்றான் ஆஃபி-ஸுக்கு லீவ் போட்டுவிட்டு..ஆனால் அங்கு அவர்கள் இல்லை..

அங்கிருந்த நர்சிடம் கேட்டான்..அவளை டிஸ்சார்ஜ் செய்து அவளின் அம்மா அழைத்து சென்றதாக சொன்னாள்..

சரியென ஜீவிதா நம்பருக்கு அழைத்தான்..அவளும் எடுக்க-வில்லை..கவலையும் கோவமும் அதிகமாக,, பைக்கை ஒரு கிக் செய்-துவிட்டு அவள் வீடு நோக்கி பயணித்தான்..

அவள் வீடு அவனுக்கு தெரியும்..ஜீவிதாவிற்கு குழந்தை பிறந்த-போது பார்க்க சென்றிருக்கிறான்..நேரே வீட்டிற்குள் சென்றவன் படுக்-கையில் கண்மூடிக்கிடந்த ஷ்ரேயாவைப் பார்த்தான்..கொஞ்சம் நிம்மதி-யாக இருந்தது..

ஜீவிதாவிடம் சண்டை போடவென அழைக்க வாயெடுத்தான்..அதற்-குள் ரமணி வந்து நின்றாள்..

"உனக்கெப்படி வீடு தெரியும்?" என கேட்டவாறே தன் கணவன் எங்கே என தேடினாள்..

அவள் தேடிய அதே நேரம் " யார் பைக் வெளில நிக்குது "என கேட்டவாறே சக்திவேல் உள்நுழைந்தார்..

அங்கே புதிதாக தெரிந்தவனைப் பார்த்து கண்ணாலே அளவெடுத்-தார்..

என்னசெய்வதென்றே தெரியாதா ரமணி,, "நம்ம ஷ்ரேயாவோட ஃப்-ரண்டுங்க..அவள பாக்க வந்திருக்கு" என பதட்டமாக உளறினால்..

ஓஓ..அப்படியா?? என்ன தம்பி உக்காராம நின்னுட்டு இருக்-கிங்க..என்னடி,, நீயும் நிக்க வெச்சிட்டு இருக்க என்று அவனை உக்கார சொன்னார்..

அமர்ந்தவன் அமைதியாக நடப்பதை கவனித்தான்...

தம்பி உங்க பேரு??

ப்ரியன்..

என்னது..?

ப்ரியன் அங்கிள்..

அந்த பேர் அவரை கொஞ்சம் கலவரமாக்கியது..

அய்யோ என தலையில் அடித்துக்கொண்டாள் ரமணி..

நீங்க ஷ்ரேயாவுக்கு ஃப்ரெண்ட் மட்டும் தானா? இல்ல?

(அவர் இப்படி கேக்க காரணம் ஷ்ரேயாதான்..மருத்துவமணயில் இருந்து அவன் கிளம்பிய பிறகு எனக்கு ரியன பாக்கனும்..ரியன் ரியன் என்று ஒரே அழுகை..அங்கு எல்லாருக்கும் தொந்தரவு என எண்ணி வீட்டிற்கு கூட்டி வந்தால் இரவு முழுதும் தூங்காமல் ரியன் ரியன் என்று புலம்பல்..அப்போது தான் சக்திவேலுக்கும் சந்தேகம் வந்தது..)

"அங்கிள் எனக்கு சுத்தி வளச்சி பேசத் தெரியாது..உங்க பொண்ணு வேனா பழச எல்லாம் மறந்திருக்கலாம்..ஆனா என்னால முடி-யாது..நானும் அவளும் 4 வருஷமா லவ் பன்னினோம்..இப்ப வரைக்கும் நான் அவள லவ் பன்னிட்டு தான் இருக்கேன்..நீங்க இப்ப ஏத்துக்-குவிங்களோ இல்ல பின்னாடி ஏத்துக்குவிங்களோ எனக்கு அவ தான் மனைவியா வேனும்..

இன்னும் ஒரு வாரத்துல மொறப்படி எங்க வீட்ல இருந்து வரு-வாங்க..அப்போ உங்க விருப்பத்த சொல்லுங்க..ஆனா சொல்றதுக்கு முன்னாடி ஒரு விஷயத்த நியாபகம் வெச்சிக்கங்க..என்ன விட்டுடு வேற யாரையாவது அவளுக்கு கல்யாணம் பன்னி வைக்க நான் விட மாட்-டேன்..அப்படியே பன்னிவெச்சாலும் பின்னாடி அவ நினைவு திரும்பினா நீங்க அவ முன்னாடி குற்றவாளியா நிப்பீங்க..அது உங்களையும்,அவ கட்டிக்கிட்ட பையனையும் தான் பாதிக்கும்"என சோபாவில் இருந்து எழுந்தான்..

அப்போது அருகில் இருந்த கட்டிலில் இருந்து ரியன்..ர்ரியன் என்ற முனகல் சத்தம் கேட்டது..திரும்பி கட்டிலருகே வந்தவன்,,அவள் தலையை கோதிவிட்டு ஒருகணம் ரசித்து விட்டு நடந்து சென்றான்..

இதையெல்லாம் சினிமா போல வேடிக்கை பார்த்தனர் சக்திவேல்-ரமணி தம்பதியினர்..

வெளியே வந்தவன் போருக்கு போய் வென்றதை போல உணர்ந்-தான்..அப்பாடா..எல்லாத்தையும் கரெக்ட்டா பேசிட்டேன்..இனி நடக்-குறத பாக்கலாம் என அவன் வீட்டிற்கு கிளம்பினான்..

அவன் சொன்னது போலவே ஒரு வாரத்தில் கல்பனா,ஜெய்சங்கர் ப்ரியனுடன் ஷ்ரேயா வீட்டிற்கு சென்றனர்..

பெரியவர்களுக்குள் ஆயிரம் பேச்சு வார்த்தை,,எதிர்ப்பு,எதிர்-பார்ப்பு..இறுதியாக சக்திவேல் பேசினார்..

"எனக்கு ஒருதரம் மனசுல ஒன்னு தோனினா சூழ்நிலைகளுக்காக மாத்திக்க மாட்டேன்..உங்க பையன் என்கிட்ட பேசுன விதம் எனக்கு பிடிச்சது..அதுல அன்பு,காதல்,திமிர்,பிடிவாதம்,பொறுப்பு எல்லாமே தெரிஞ்சது..

நான் ஜாதகத்த எல்லாம் பெருசா நம்புற ஆளில்ல..நமக்கு சாதக-மானதா எழுதுவது தான் ஜாதகம்..அதனால தாராளமா இவங்க கல்-யானத்த வெச்சிடலாம்..ஆனா நாங்க எங்க சொந்தகாரங்க கிட்ட இத நல்லமுறைல சொல்லி புரிய வைக்கனும்..

நீங்களும் உங்க தரப்புல சொல்லிடுங்க..ஏன்னா நாளையபின்ன ஒருத்தர் முகத்த ஒருத்தர் பார்க்க முடியாதபடி ஆகிடக் கூடாது..எல்-லாம் சேர்ந்தது தான் குடும்பம்,சொந்தம்..தனியா நம்மளால நல்லது கெட்டத நடத்திட முடியாது என நியாயத்தை பேசினார்..

ஒரு ரெண்டு மூனு மாசம் போகட்டும்..ஷ்ரேயா பூரண குணமாகட்-டும்..அதுக்கப்றம் நாள் குறிச்சி தட்டு மாத்திக்கலாம் என்றார்..

அவர் சொன்னது போலவே 3 மாதத்திற்கு பின் ப்ரியன் ஷ்ரேயா நிச்சயதார்த்தம் கோவிலில் சொந்தங்களோடு நடந்தது..அப்போதில் இருந்து ப்ரியன் தீதிகாவுக்கு மாமன் என்றும்,,அவளுக்காக பார்த்து வைத்த மாப்பிள்ளை இவன் தான் என்றும் அவள் வீட்டில் சொல்லியி-ருந்தனர்..

அவளும் அதை இயல்பாக எடுத்துக்கொண்டு தன் பெற்றோர் பார்த்த மாப்பிள்ளையை மணமுடிக்க போகிறோம் என்றே நம்பி-னாள்..அவள் புதிய வாழ்வை புதிதாகவே தொடர்ந்தாள்..அவளுக்கு எல்லாமுமாக ப்ரியன் இருந்தான்..

நல்ல ஒரு வளர்பிறை முகூர்த்த நாளில் சிறப்பாக இருவருக்கும் திருமணம் நடந்தது..ஷ்ரேயா வீட்டு சில சம்பிரதாயங்களும் ப்ரியன் வீட்டு சம்பிரதாயங்களும் குறையின்றி இரு நாட்கள் நடந்தது..

அவர்களது வாழ்வு இனிமையாக தொடர்ந்தது..

தலைசாய்க்க
நீயிருக்க
தாய்மடியாய் நானிருப்பேன்..
தெம்போடு
நீசிரிக்க
அன்போடு நானிருப்பேன்..
கட்டியவளாய்
நீயிருக்க
காதலனாய் நானிருப்பேன்..
என்னாளும் இல்லாத இந்நாள்
பொன்னாளாய் விடிந்தது உன்னால்...!

முற்றும்

- - - -

இந்த கதையை முழுதும் படித்தவன் ஒரு நிறைவோடு மாடியிலிருந்து கீழிறங்கி தன்னறைக்கு போனான்..உள்ளே வந்தவன் தன்னறையில் அலமாரியில் எதையோ தேடிக்கொண்டிருந்தவளை ஆசையாக அணைத்தான்..

திரும்பி பார்த்தவள் கொஞ்சம் திடுக்கிட்டு பின்னால் போனாள்..ஆனால் அவன் அவளை விடாது இறுக அணைத்தான்..

எத்தனை வருட ஆசையிது..தன்னவளை உரிமையோடு அணைத்து இம்சை செய்ய..அவளேதும் பேசாது அவன் அணைப்புக்குள் அடங்கினாள்.

மெதுவாக இதழ் நோக்கி சென்றவனைத் தடுத்து "கதவு திறந்திருக்கு" என்றாள்..

"பரவால..என் பொண்டாட்டிய தானே கிஸ் பன்றேன்..யாரும் பாக்க மாட்டாங்க"

அவள் லேசாக சிணுங்கினாள்.."வேணாம் போய் கதவ சாத்திட்டு வாங்க"

"நான் போவேன்..ஆனா நீ தான் சாத்தனும்"என்றான்.

புரியாமல் விழித்தவளை மேலும் குழப்பாமல் அலேக்காக தூக்கினான்..

"அய்யோ விடுங்க..ஒரு மாதிரி இருக்கு"

"நீ தானே கதவ சாத்த சொன்ன?" என கதவருகில் சென்று அவளை சாத்த வைத்தான்..

கட்டிலின் அருகே வந்தவன் அவளை கையில் ஏந்திக்கொண்டே சுத்தினான்..

அவள் எதும் சொல்லாமல் அதை ரசித்தாள்..

இறக்கி விட்டதும்,,"தலை எல்லாம் சுத்துதுங்க..ஆனா எனக்கு இது ரொம்ப பிடிச்சிருக்கு..இன்னும் சுத்திட்டே இருக்கனும் போல இருக்கு" என்றாள்.

எப்படி அவளுக்கு பிடிக்காமல் போகும்..

அடிக்கடி,, "டேய் ஆஃப்டெர் மேரேஜ் நான் எவ்ளோ வெய்ட்டா இருந்தாலும் அடிக்கடி என்ன தூக்கி சுத்தனும்..அது தான் எனக்கு ரொம்ப பிடிக்கும் "என சொன்னவளே அவள் தானே!!!

“ காலம் தோறும்
காதல் ஊறும்
இரு இதய தேனில் ”

www.ingramcontent.com/pod-product-compliance
Lightning Source LLC
LaVergne TN
LVHW091934070526
838200LV00068B/1211